శ్రీ

వెల: 1-8-0

సం॥రం 1955

ప్రకాశకులు:

చెళ్లపిళ్ల వెంకటశాస్త్రి సన్సు

వేంకటేశ్వర పబ్లికేషన్సు

కడియం - P. O.

తూర్పు గోదావరి జిల్లా.

సదరన్ రైల్వే

ముద్రణ:

వేంకటేశ్వర ప్రింటింగ్ ప్రెస్

ఆలమూరు.

మూడవకూర్పు

వెయ్యి ప్రతులు

ఓం

శ్రీమత్పరదేవతాయైనమః

విక్రమాంకదేవచరిత్రము

ప్రథమసర్గము

శ్లో. * సరస్వతీ విజయతాం కృష్ణభూదేవలాలితా
యత్ప్రసాదేన నందంతి లోకాః కావ్యామృతైషిణః.

తనయందుఁ బ్రతిఫలించిన పాంచజన్యము (1) ధారాజలముసంపరి షేనమువలెఁ బ్రకాశింప (2) భుజపరిఘాదండమువలె నూర్ధ్వగామియై యున్న కంసారి కృపాణము మిమ్ము రక్షించుఁగాక!

లక్ష్మికిఁ గాఁపురమగు పాలకడలి యను తెల్లదామరయందుఁ జంచరీకభ్రాంతిని గలుగఁజేయుచున్న భగవంతుండగు ముకుందుని నల్లగల్వలవలె నల్లనైన మేను మీకైశ్వర్య మిచ్చుఁగాక!

ఇందిరా శరీరకాంతిచేత సౌభాగ్యమను బంగారమును బరీక్షించిన యొఱపుడు ఱాయివలె నూహింపఁబడుచున్న జగత్కారణంబగు గరుడధ్వజుని వక్షస్థలము జగంబు లేలుఁగాత!

రెండవదానిసంగతి యేమైనదని యడుగుటకుంబోలె మొగమెత్తియున్న యొక్క కుచంబుతో భర్తృదేహార్ధస్థితయగు పర్వతరాజపుత్రి మిమ్ముఁ బాలించుఁగాత!

వాగ్దేవతా=సరస్వతీపత్రికాచ. కృష్ణభూః=బ్రహ్మా. తేనదేవేనలాలితా కృష్ణభూపతినా=కృష్ణభూపరేణలాలితాచ.

(1) వాఁడి, ఉదకధార. (2) గుండాకారమగు భుజకాంతి.

విలాసవతియగు లక్ష్మి ప్రతిబింబమును గర్భమునఁదాల్చిమురారి వే యమునా ప్రవాహమందు జలకేళి సలుపు రాధను స్మరింపఁజేయుచున్న నందకము మీ కెడతెగని మంగళము లిచ్చుఁగాత!

సమీపమునందున్న పర్వతరాజకన్యక కోపించునని భయపడి 'తల్లీ! నీకు నమస్కారము' లని సంధ్యాదేవికి నమస్కరించిన శివుని ప్రణామములు మిమ్ముఁ బ్రోచుఁగాత!

బృహస్పతియం దసూయచేఁ దాము నంతటి పాండిత్యము సంపాదించుటకుంబోలె జపమాలయందలి స్ఫటికములైన యష్టగ్రహములచే నాశ్రయింపఁబడుచున్న సరస్వతి మా రసనాంచలమందు వసించుఁగాక!

సమస్తవిఘ్నములను నివారించుటకు మంత్రాక్షతములు చల్లుచున్నాఁడో యనఁ దుండముచే జలశీకరంబులు దిక్కులకు వెదఁజల్లుచున్న గజాననుండు మావిఘ్నములు తొలఁగించుఁగాక!

శ్రవణామృతంబునకు వర్షములేని మేఘంబును, సరస్వతీవిలాసములకు జన్మభూమియుఁ, బదసౌభాగ్యలాభమునకుఁ బాలయు వైదర్భరీతి మాకు స్ఫురించుఁగాక!

సరస్వతి నాలుక తుదలనిలిచి వీణవాయించుచున్నదో యనునట్లు పంచమ నాదమిశ్రితములగు వాక్కులతోఁ గృతులొనర్చిన మహాకవులకు మా నమస్కారములు చెందుఁగాత!

ఓకవీంద్రులార! సాహిత్యసముద్రమును మథింపఁగా జనిం కర్ణామృతమును దైత్యులవలెఁ గావ్యార్థచోరులగు కుకవు లపహరించుచుండ దాఁచుకొనుఁడు పోనిండు యత్నముగా నుంచుఁడు నీకీర్ణామమును దొంగిలించినను మాకు లోపములేదు రత్నము లనేకము లనేకేవ గ్రహింపఁబడినను పయోనిధిని నేఁటికిని రత్నాకరమనుటలేఁ వైదర్భరీతితో విశారదులగు మహాకవులు రచించిన వేలకొలఁది పద్యములున్నను వేదిమా యొక్క వైచిత్ర్యముండునని యుండిరు లేదా

నందు శ్రద్ధవహింపకపోరు. అంగనల ప్రౌఢితల వెంద్రుకలయందు సాంబ్రాణిధూపమంటనిపగిది సాహిత్యపరిశ్రమము లేనివారికి సత్కృతియందలి గుణము రుచింపనిచో, గవురేమిచేయునురు? రసప్రౌఢిమచేతఁ బ్రాచీన మార్గము నతిక్రమించినను బదములు కొనియాడఁదగినవియే. అత్యున్నతి చేతఁ గంచుకత్రుటనము గావించెడు కాంతాకుచమండలములు పొగడఁ బడుటలేదా? ముత్యములకు రంధ్రములు వొడుచు శలాక యులి చేయు పనియం దసమర్థమగుగతిఁ బండితవశీకరణంబుఁ జేసికొనఁజాలు కృతి యును బామరరంజనంబునకు సమర్థంబుగాదు. పచ్చాకుఁ దిను కస్తూరిలేళ్ళు సామాన్యతృణములజోలికిఁ బోనిపగది కవికథలయం దాసక్తులైనవా రితర కథలజోలికిఁ బోవరు. కుకవులయందభిమానముగల మూర్ఖులు కవీంద్రుల మాటల నెట్లు తిరస్కరింపఁగలరు? నిప్పు నార్పఁగలిగినదైనను నీరు రత్నజ్యోతి నేమిచేయఁగలదు? రత్నాలంకారములు చేయువారివలె (1) నుల్లేఖలీలాఘటనమునందు సమర్థులగు పండితులచేత విచార శాణోపల పట్టికలయందు నాసూక్తిరత్నములు (2) పరిష్కరింపఁబడుఁగాక! ఒరుల గుణములను సహింపలేకపోవుటలో దుర్జనుల నేమనవలయును! అది వారికి సహజగుణము. చంద్రఖండపాండురంబగు పంచదార రుచింపనివారులేరా! కుంకుమ కేసరంబులకు సహోదరంబు లగు కవితావిలాసములు (1) శారదా దేశము లభింపనిచో మొలకలెత్తవు. రసము ధ్వని చిత్రోక్తి మొదలగు వాని రహస్యములు తెలిసినవారు మాప్రబంధమును జదువుకొని రసమను భవింతురుగాక. తక్కినవారు (2) శుకానువాద మొనరింతురుగాక.

రాజసభలలోని యల్పప్రతిభావంతులకు సుబోధకములుగావి సూక్తులు కలవారగుటంజేసి గొప్ప ప్రతిభగల మహాకవులు పుట్టుటయే

(1) ఉల్లేఖమను శిష్టాలంకారములు గూర్చుట, సానబట్టుట, (2) అలంకరించుట, సిద్ధాంతముచేయుట

(1) సరస్వతియాజ్ఞ, శారదయను నొకదేశము. (2) అర్థము తెలియకుండఁ జిలుకపలె వర్ణించుట.

యనర్ఘము కావునఁ బండితచిత్తములను సానఱాతిపైఁ బరీక్షింపఁబడిన పెదపనే మదీయకావ్యసువర్ణము లోకమునకుఁగంఠాభరణమగునుగాక. గురివెందపూసల నగలు తాల్చు కిరాతకాంతలకుఁ గంసాలితోఁ బనిలేనిపగిదిఁ జాయచరిత్రలేని రాజులకుఁ గవిపోషణమువలనఁ బ్రయోజనములేదు. ఏరాజునొద్ద మహాకవులుండరో వానికిఁ గీర్తివచ్చుట దుర్లభము ఎందఱు రాజులేగిరో వారి పేరు నెవరైన నెఱుఁగుదుమా! రావణుఁడు దురాత్ముఁడనియు శ్రీరాముఁడు యోగ్యుండనియుఁ దెలిసికొనుట యాదికవియగు వాల్మీకివలననే కదా! కావున నోరాజులార! కవీంద్రులను జేరఁదీయుఁడు. కవీంద్రులపైఁ గోపగింపకుఁడు. ఓకవులార! మీరు యోగ్యచరిత్రముగల రాజుల నాశ్రయింపుఁడు. ఎండిపోయిన మృత్తికయైనను గంగాసంబంధముచే శిరసావహింపఁబడుపగిదిఁ దద్గుణవర్ణనముచే మీకవిత్వము నీరసమయినను గొనియాడఁబడఁగలదు. ఉద్యానవనములోఁ బ్రవేశించియు లొట్టిపిట్ట వేఁపచెట్టునే వెదకుపగిదిఁ గర్ణామృతమగు సూక్తిరసమును వదలి దుర్జనులు దోషమునే వెదకుదురు. దానికి మీరేమిచేయుదురు నేనిప్పుడు చాళుక్యనరేంద్ర (1) వంశమున జనియించిన గుణమౌక్తికముల సంపాదించి మదీయ (2) భారతీసూత్రమున గ్రుచ్చి యొక (3) యేకావళి యొనరించుచున్నాఁడను. దానిని మీకంఠములయం దలంకరించుకొనుఁడు

ప్రాఁబల్కులను నాల్గుకావ్యములను నాలుగుమొగంబుల నిర్మించి సప్తలోకములందు ప్రసిద్ధివడసినవాఁడును, సరస్వతీవిభ్రమస్థానంబును దనకు నివాసమగు నొక్క పద్మమునందలి దయచేఁ బద్మకులం బంతయు లక్ష్మీక్రీడాలవాలముగావించిన యాశ్రితవత్సలుఁడు, నగు తమ్మిచూలి యొక్క నాఁడొక బ్రహ్మర్షిసంఘంబులతో ననేకకథలు ప్రస్తావించుకొనుచు గంగాతీరమునకుఁ బ్రత్యూష సంధ్యావందనమునకై చనుదెంచె. అపుడు చక్రవాకము ప్రియాప్రియోక్తులయం దాసచేఁ జక్రవాక ముట్టెయందలి తామర

(1) వెదురు, కులము. వెదురులో ముత్యములు పుట్టుట ప్రసిద్ధము.
(2) వాక్కులనుదారము. (3) ఒంటిపేటగలహారము

తూఁడును (4) పరస్పరవిశ్లేషణయంత్రసూత్రభ్రాంతిచే లాగసాగెను. పద్మినీలత రాత్రికి మగండగు చంద్రుఁడు ముసలితనముచేఁ దలయాడించుచుఁ బతనోన్ముఖుఁ డగుటఁ జూచి తమ్మిమొగంబులచే నవ్వసాగెను. జక్కవలకుఁ బరస్పరవియోగం బొనరించుటకై చంద్రుఁడనుసా నమీఁదఁ దీసిన విలేపనద్రవ్యంబగు చంద్రిక క్రమక్రమముగ జాఱిపోయెను. ఉదయింపఁబోవు వేవెలుఁగుం జూచి పూజాపరాయణలగు సిద్ధాంగనలు కుంకుమచేఁ బూజించిరో యనఁ బద్పింటంబు బింబఫలంబుఁబోలె నెఱ్ఱవాఱ స్వసమానతేజశ్శాలి యగు రాజేంద్రుఁ డొక్కఁ డుదయింపఁబోవు నను భయంబునం బోలె నతం డుదయాచలమార్గం బాశ్రయించెను. విధాతయు ధ్యానస్తిమితలోచనుండై సంధ్యనుపాసించుచున్నంతట రాక్షసభయాక్రాంతుండై వచ్చి యింద్రుం డెదుట నిలువంబడి బద్ధాంజలియై సిగయందలి పారిజాతకుసుమములయందు ఝుమ్మని నాదముసేయు తుమ్మెదలచే ద్విగుణీకృతంబగు స్వరంబుతో నిట్లనియె. "దేవా! మదీయసామ్రాజ్యలక్ష్మి జయతోరణంబగు నైరావణదంత ద్వయమునందుఁ దదీయమదాసక్తిచేఁ జేరిన తుమ్మెదగుంపు వందనమాలికలై ప్రకాశించుటయు. నా సహస్రనేత్రపద్మంబులం దిరుగు భ్రమరకదంబమువలె నల్లనయిన యాతపత్రము రాజ్యలక్ష్మి మొగమునందలి కస్తూరీతిలకమువలె భాసిల్లుటయు, సురతాయాసముచేఁ గల్పవృక్షములనీడ విశ్రమించుచున్న గీర్వాణసుందరులు పరాక్రమోపార్జితంబులగు నాకీర్తులను గొండాడుటయు, వేయేల నేను నిరంకుశంబగు మహిమచే వర్ధిల్లుటయు శిరసావహించిన నీపాదరేణువుల ప్రభావముగాని వేఱుగాదు. ధర్మద్రోహులగు కొందఱు రక్కసులు భూలోకంబున కుపద్రవంబుఁ గలుగఁజేయుచున్నారని చారులవలన వింటిని. వారిం గడతేర్చు నుపాయము దేవర యాలోచింపకున్న దేవతలకు యజ్ఞభాగములుసున్నయగుటకు సందేహము లేదు. కావున సూర్యకిరణప్రసారముం బోలెఁ దనవంశముచే దెసలన్నియు నిర్మలములుగాఁ జేయఁజాలిన యొక రాజచంద్రుని సృజించి యీయాపదఁ దొలఁగింపవలయును" అని వేఁడిన

(4) అన్యోన్యముఁ గలియకుండఁ గట్టిన త్రాఁడు.

పురందరునిమాటలు విని యా విరించి సంధ్యాంబుపూర్ణంబగు (2) చులుకంబుపైఁ జూడ్కిఁ బ్రసరింపఁజేసెను. అంతట ముంజేతఁ జెలువారు నింద్రనీలకంకణంబులు ధర్మద్రోహులను బంధించుటకయి వెంట దెచ్చిన నాగపాశములవలె నొప్పఁ, జాచిన చూపుకువేఁగుగల చేయి నిర్గలంబు లగు దిక్పాలకుల దుష్టచేష్టలను గోపముచే నిషేధించుచున్నట్లు తనరార, విస్తరింపఁబోవు తనకులంబునం బొడము రాజు లేలుటకై మఱికొంత భూమి భుజములపై మోచికొని వచ్చెనో యన బాహుపురులయందలి విమానములు తేజరిల్ల, నఖరపల్లవమున వెలి గిరువంపుఁ జిఱునవ్వు త్రొంగఁబోవు శాత్రవయశః క్షీరము బురణింప, శస్త్రములు భేదింపరాని సహజసువర్ణకవచంబుతో, జయలక్ష్మికి బంగారుపీఁటలగు నున్నతభుజమూలంబులతోఁ బౌరుషమను బంగారమున కొఱపుఱాయియుఁ గీర్తియను తెల్లదామర నుదయించు పంకంబునునై చేతియందున్న కత్తిపై నిగుడించినదృష్టితో, మేరుపర్వతశిలలచే రచియింపఁబడినదో యన వఱలు విశాలోరస్థలంబుతోఁ కనులు మిఱుమిట్లు గొలుపఁజాలు దేహంబుతోఁ దా సృజియింపఁదలఁచిన వానికంటె మిన్నయగువాఁ డుదయించెనని బ్రహ్మ నివ్వెఱఁగుపడి చూడ, దేవతాస్త్రీలు దానవబలాత్కారాలింగనమ్ముల కిఁక దూరమైతిమను సంతసంబులచేఁ గ్రేఁగంటిచూపుల తొగదండ లర్పింప నొక్కదివ్యపురుషుండు త్రిలోకత్రాణప్రవీణుండగు నాచులుకంబునుండి ప్రాదుర్భవించెను. ఇట్లు సృజింపఁబడిన యాదివ్యపురుషుఁడు సంతోషబాష్పములను వఱదలుగా స్రవింపఁజేయు వేయిగన్నులదొరను ధైర్యవంతుఁడవు కమ్మని యనిపి నలువ యనుమతిని లోకద్రోహులగు రక్కసుల నుక్కడింపసాగెను. కాలక్రమమున వెన్నునిపదంబునుండి జనియించిన గంగాప్రవాహమువలె నతనివంశము (1) రత్నాకరభోగయోగ్యమై (2). క్ష్మాభృత్కులంబు

---

(2) ఆచమనము చేయఁబోవునపుడు వ్రేలుమడిచి పట్టిన చేర.

(1) రత్నములకుగనియగు భూమండలముపరిపాలించుటకుఁ దగినది, అని వంశపక్షము. సముద్రముతో సంగమింపఁ దగినదని గంగాప్రవాహ పక్షము. (2) రాజవంశము, పర్వతసముదాయము.

లమీఁది ప్రతిష్ఠను వహించెను. తత్కాలంబునకుఁ బ్రిథమాంహూర మగు హారీతునివలన మార్తురకు మానవ్యయ మొనరింపఁజాలు మానవ్యుఁడను రాజుదయించెను.

ధూళిధూసరితంబులగు ముంగురులను జాఱిపోయిన మకరికాపత్రంబులును గల శత్రుకాంతలమొగంబులచే సాటింపఁబడు ప్రతాపంబును, విశ్వద్రోహుల నుక్కడంచుటచే ముల్లోకంబులయందును మొగసాలయందుం బోలెఁ దిరుగుకీర్తియు, శత్రుకంఠములయందలి యెమ్ములు తెగఁగోయుటంజేసి పదును చెడియు మరల వారి (3) కపాలశాణోపలములపై నూఱఁబడిన కత్తులును గల యామానవ్యకులసంభూతులగురాజులు, సంతోషింపని ముక్కంటిపైఁ గోపమునఁ దనపదియవతలఁగూడ దెగఁగోసికొనఁబోవుచుఁ బార్వతిచే నివారింపఁబడిన త్రిలోకవీరుఁడగు రావణుని సంహరించి లోకము నిష్కంటకము చేసిన శ్రీరామచంద్రునకు రాజధానియగు సాకేతపురమునందే నివసించియుండిరి. అందుఁ గొందఱు దేశములన్నియు జయించి తమలపాకుఁదీఁగలచే నల్లిబిల్లిఁగొను పోఁక మ్రాకులతోఁ గన్నులకుఁ బండువగు దక్షిణదేశంబున నివాసముచేసి చోళదేశకాంతల రహస్యములకు సాక్ష్యమిచ్చు దక్షిణాబ్ధితీరంబున నేనుఁగుదంతంబులను కలంబులతోడఁదమ విజయవృత్తాంతములను వ్రాసిరి, కాని సమస్తద్వీపములను జయించినవారు విష్ణుప్రతిష్ఠయని కాఁబోలు విభీషణుఁడేలిన సింహళద్వీపమునకుఁ బోరైరి. కర్పూరపరాగముంబోలు తెల్లదీవులయందు విలాసముగాఁ దిరిగివచ్చిన యారాజులగుఱ్ఱములు మంచుఁగొండయందలి ప్రదేశములుగూడ నట్టివేయనుకొని పోయి శీతబాధచే ఖిన్నంబులయ్యెను. వారివంశమున శత్రువుల వీరరస సముద్రమందు రక్తమను ఒరదమాత్రము మిగిల్చిన శ్రీశైలపుఁడను నృపాలుఁడు విశేష ప్రఖ్యాతి వహించెను. భూమియందలి దుర్మార్గులగు రాష్ట్రాధిపతులను సమూలముగ

(3) కపాలశాణోపలములు, పుఱ్ఱెలను సానరాళ్ళు.

నిర్మూలముచేయఁబడితుండును (1) చాళుక్యచంద్రుండు నగు నాత్రైల పభూపాలుని సమీపమునకు రాజ్యలక్ష్మి స్వయముగా వచ్చెను. వీరంపు వేఁడిచేతఁ జెమ్మటవాఱి (2) ప్రతిపక్షకాలంబగు ఖడ్గమును జాఱవిడుచు సీతనిచేయి తెఱగంటిదొర కురిపించు పూవులలోని పరాగముచే నాఱుచుం చెను. కాటుకనల్పువంటి నల్పుఁగల యాత్రైలపనరేంద్రుని కత్తివలన జనించినకీర్తులు భర్తృవియోగంబునఁ దెల్లవాఱిన శత్రుకాంతాకపోలముల యందు దొరలాడుట చేతఁగాఁబోలును దెల్లపడుచున్నవని నేను దలంచెదను. యుద్ధరసికుండై కీర్తి యనురాజహంసికి నివాసమగు తరవారి యను కర వలయమును వీరలక్ష్మీకేశబంధమునందు దాసియగు ప్రతిపక్షలక్ష్మిచే నలంకరింపఁజేయుచున్న యాత్రైలపనరేంద్రునకు సత్యాశ్రయుండను వాఁడుదయించి యవనిఁ బరిపాలించెను. ఖడ్గకాంతిచే నంధకారమయంబు లగు యుద్ధరాత్రులయందుఁ బగవారిశిరోరత్నములను దీపములుగాఁ జేసి కొని కప్పసముదాయమును జించి చెండాడుచున్న బాణములను, [illegible] కొంచెఁ బ్రాఁటియందు సంధింపఁబడిన యస్త్రములను శారి నాకర్షించు నప్పుడు వంగినయంములచే ముష్టిపెట్టుకొనుచున్న చాపదండంబును, (3) భూభృ త్సహస్రముల దేహములకు రంధ్రము లొనర్చి యొక్క క్రౌంచాద్రికి రంధ్రముఁగావించిన పరశురామబాణముల నెకసక్కెములాడు నారాచం బులను [illegible] భూపాలునకు ముత్య ములు రాలిపోయి [illegible] మాత్ర ముగంబున వ్రేలాడుచున్న [illegible] బ్రహ్మాండభ్రాంతి కలుగఁజేసే వారిని జంపుట యందు [illegible] కలుగఁజేసెను. తరువాత గజాహవం [illegible] ముత్యాఫలంబులరీతి [illegible] యట్టి [illegible] నలంకరించెను. [illegible] సేనావరం చేత నుద్యోలితంబగు ధూళిచే [illegible] నప్పుడు

(1) [illegible] రాజులలో [illegible].
(2) శత్రువులకు యమునివంటిది.
(3) వేలకొలఁదిరాజులు. కొండలు.

గలదానిఁగాఁజేసిన యీ జయసింహదేవుని ప్రతాపభానుఁడు ప్రభాతంబు లయంబులంబోలె యుద్ధములం దుదయింప సూర్యకాంతపు రాళ్ళకుంబోలె నేరాజులకుఁ దాప ముదయింపలేదు ? ఏ రాజకాంతలకుఁ జందనపంక పంకిలంబులగు ప్రియోపగూహనంబులు స్మరణీయములు కాలేదు ? ఇతనితో విరోధించి కడచన్న శత్రురాజులను నక్కలు భక్షించియు వారికిరీటమాణిక్యప్రభలను జూచి కొఱివిమంటలనుకొని తినఁజాలకుండెను. ఏనాకుల యరఁటిపుప్పొడిఁబోలి పరిమళించు మదముస్రవించు తనజయ సింధురంబుల పసిగట్టి పాఱిపోయిన దిగ్గజములు మాత్రము దొరకలేదు గాని, యీతనికి దిక్పాలుర పట్టణములుగూడ స్వాధీనములయ్యెను. ఇతఁడు రణంబొనరించుచుండఁ గీర్తికాంతయొకతెతప్ప నెదురుగా వచ్చువారు లేరయిరి. మఱియు ననేకయుద్ధములయందు సురలకు సాయముచేసి యమరావతికీర్తి నిలిపి దేవేంద్రునిచే స్వయముగా నీయఁబడిన పారిజాత కుసుమ మాలికలను గైకొన్న యీ జయసింహదేవునివలనఁ ద్రైలోక్య మల్లుఁడను మాఱుపేరుగల యాహవమల్లదేవుఁడు జనించెను. (1)ధారాజలమున జనించిన (2)జలమానుషి నీటిని వదలనిపగిదిస్వవంశస్థులగు రాజులచేఁ బోషింపఁబడిన రాజ్యలక్ష్మిచే విడువఁబడని యీ యాహవమల్లదేవుని. నాటకములు కావ్యములు మున్నగు ప్రబంధములయందును బెక్కు కథలయందును మఱియు నాఖ్యాయికల యందును రెండవశ్రీరామునిగా మహాకవులు వర్ణించిరి. ఇతని జయలక్ష్మి చలిపందిళ్ళలో బానీయమొసఁగు నెలఁతవలెఁ బ్రత్యర్థిరాజులను నూతులలోనుండి విశేషముగఁ దోడి తెచ్చిన కీర్తియను సుధారసము దిక్కులకందించెను. ఇతనికత్తి చోళరాజ ప్రతాపానలమును గడుపారఁ ద్రావి యా తాపము శమించుటకై తత్కాంతా కపోలములయందలి మంచిగంధమును వారి కన్నీళ్ళతోఁ గలిపి త్రాగెను. మఱియుదీప్తప్రతాపానలసన్నిధానముచే దాహముగొన్నదానివలె నారాజుల కీర్తి సుధారసమును గబళించెను. అగాధమగు (3) నిజధారాప్రవాహమం

(1) వాననీరు. (2) నీటిమానిసి.
(3) ప్రవాహము, కత్తివాఁడి. ఉదకధారాప్రవాహము.

దనేక (4) భూభృత్కుటుంబములను ముంచినదయ్యును మాళవభూపాలుని (1) ధారనైన వానిదురదృష్టము చేతఁ గాఁబోలు వదలలేకపోయెను. బాలాంబుద మేచకంబగు తనఖడ్గముచేత సమస్తభూపాలయశోరాజహంసములను లేవఁ గొట్టుటయేకాక భోజరాజభుజపంజరమందు దాఁగినకీర్తిహంసమును గూడ విరసముగాఁ జేసిన యాత్రైలోక్య మల్లదేవుని ప్రళయకాలదహనముంబోలు ప్రతాపాగ్ని (2) భోజరాజవిముక్తధారచే శాంతించుట మిగులఁ జిత్రముగ నున్నది. వేయేలః కోట్లకొలఁదిగఁ జేసిన జన్నములయందలి హోమధూమముచే మలినంబులగుదిఙ్ముఖంబులన్నియుఁ బూర్ణిమాచంద్రపాండురంబులగు కీర్తులచే శుభ్రపఱచెను. జయామృతముఁ ద్రావి బలిసిన యీ నరేంద్రుని కృపాణము తానుగ్రైకొన్నదొక్కధారయైనను బెక్కుకీర్తిధారలచే దిక్కులు నించెను. శతాధికములగు యాగములు గావించి యింద్రవైభవముకంటె నెక్కుడు వైభవమనుభవించు నీ రాజేంద్రుని వలన (3) స్వపదాపహారశంకవదలి యింద్రుఁడు నిస్తంద్రుఁడై యుండెను. ఈతని ముందఱఁ జింతామణియు గ్రుడ్డిగవ్వవలె నెన్నఁబడియె ననియు, సౌవర్ణతులాధిరూఢమగు దానియందుఁ బాషాణతులారోహమును జేయుచుండువాఁడనియు నిప్పటికిఁ జెప్పుకొనుచున్నారు. ఇతఁడు తన పరిపాలనకాలమున దోమయంతరూపము ధరించి యేమూలనో డాఁగియున్న కలినిఁ బోఁద్రోలుటకై కాఁబోలును, యాగధూమమును భువనమంతయు నిండించి యూఁదరగొట్టుచుండెను. సహజమగు సూర్యకాంతికంటె (4) దృష్టివిఘాతకమగు నీభూపాలుని శౌర్యోష్మకు జడిసి కలి యెన్నఁడు నితనిఁ జూడనే లేదు.

(4) పర్వతసముదాయము. రాజకుటుంబము.
(1) ఉదకధార, ధారానగరము.
(2) భోజరాజుచే వదలిపెట్టఁబడిన యుదకధార, ధారానగరము.
(3) తనరాజ్యము నపహరించునను సందేహము.
(4) కన్నులకు మిఱుమిట్లు గొలుపుచున్నది.

సకృతి యయ్యును జాళుక్యవంశజులయందు వాత్సల్యము గలవాఁడయ్యుఁ దనచరిత్రలచేతఁ దమపూర్వుల సుగుణములను మఱపింపఁజేసిన యన్యాయమొకటితప్ప నితర దుర్గుణము లీరాజునందు లేవు. ఈ ధరాభుజంగునితోఁ గలహించి (5) విశీర్ణ కర్ణయగు దాహళదేశలక్ష్మి కిప్పటికినిఁ గీర్తితాటంకములను దాల్చుటకు వలను గాకున్నయది. ధారాజలముచేత శాత్రవమత్తగజంబుల (6) నభ్యుక్షించి వీరలక్ష్మిని గైకొనుచున్నదోయనఁ బ్రకాశించు కృపాణమును దాల్చిన యీ నరపాలుని వైరికాంతలలోఁ గుచస్థలములయందుఁ గుంకుమ పూసికొనువారును దాంబూలరాగముచేఁ గాని చిఱునవ్వుచేఁగాని, యధరోష్ఠ మలంకరించుకొనువారును లేరు. ధనుర్బాణములు చేత ధరించి (1) వేలావనాంతములందుఁ దిర్మ్మరు నితనిం గాంచి సముద్రము మరలఁ జోటిమ్మని యడుగవచ్చిన పరశురాముఁడో యని భయముచెందని సమయములేదు. ఇతనిభటులచే రత్నములన్నియుఁ గొల్లగొని ముత్తెపుఁజిప్పలు తీరశిలాతలములయందు భేదించి ముత్యములను గైకొని విడువఁబడిన చిప్పలు తనసొమ్మంతయు నపహరించి రనుదుఃఖముచే సముద్రుఁడు తలపగులఁగొట్టుకొన్నపుడు చెదరిపోయిన పెచ్చులనలె నూహింపందగియుండెను. మఱియు నచ్చటి పగడపుఱాళ్ళు తీరసంచారి యగు నీ నరేంద్రునిఁజూచి భయంబున సముద్రుఁడు తొల్లిటి రఘురామబాణములచేఁ దూంట్లుపడిన తన శరీర వ్రణములను జూపించి శరణుచెందుచున్నాఁడనునట్లుండెను. ప్రపంచములోని జనులందఱు నొక్కయెడకుఁ బ్రోగుపడిరో యనినట్లున్న సేనంజూచి భగవంతుఁడు తన కుప్పనీరు సృజించుటయే శ్రేయమనితలఁచిన యాపయోనిధి తీరంబునం దీయాహవమల్లదేవుఁడు నాటిన జయస్తంభములు

(5) కర్ణుఁడను రాజును బోగొట్టుకొన్నది, చెవులుతెగగోయఁబడినది.

(6) చించి, మంత్రముచే సంస్కరించి.

(1) సముద్రతీరమునఁగలయడవులు.

చూచి స్వైరవిహార మొనరించు నీటియేనుఁగులు తమ్ముఁగట్టివేయుటకుఁ పాఁతిన యాలానములని భీతిలుచుండెను. తనయొద్దున విహరించుచున్న యీ నరనాథుని యంతఃపురకాంతల లావణ్యము కొంచెము కొంచెము సంగ్రహించి తనలోని యమృతమును దేవతలు సంగ్రహించుకొనిరను కొఱఁత తీర్చుకొన్న కడలి తనజయయాత్ర కవధిగావించుటఁ జూచి యీ రాజు రఘురామనిబద్ధమగు సేతువునందలి లోపములు తీర్చుటకుఁ గూడ వేడుకపడెను. మదించి యెదురుకొనిన పరాక్రమవంతులగు ద్రవిడ దేశపు రాజుల శరీరఖాండమును బాణములచేఁ దూంట్లుపొడిచివీరరసము నొడిచి వేసి, ద్రవిడరాజ్యలక్ష్మి (2) చోళమును సడలించి, (3) కాంచిని లాగి యశఃపటమును దొలఁగించిన యీ (4) పృథ్వీభుజంగునివలని భయముచేఁ బాఱిపోయిన చోళనాయకుని గాంచి వీఁడింకను రాజ్యభోగ మనుభవించునా లేదా యను సందేహముతో ధాత వ్రాసిన యక్షరములను జూడఁ దలంపుఁ గలిగినవోయన ముండ్లచెట్లు ఫాలభాగమునందలి చర్మ మును జీల్చసాగినవి. బహూక్తులేల, నిరర్గళమగు నీతని ప్రతాపవహ్ని సమస్తవైరినృపాలురం గాల్చుచుండ నెవ్వరికిఁ దత్ప్రతిబంధకంబగు (5) మంత్రంబు దోఁపదాయెను. మన్మథునివలె ముజ్జగంబులు వశము గావించుకొను వాని శరంబులకు మాఱులేకపోయెను. నారిమ్రోఁతతోఁ దనప్రతాపమును గొంతెత్తుకొనుచున్న యతని భుజ మేరాఘనమును జేయలేని పనినిఁ జేసెను.

ఇది ప్రథమసర్గము

---

(2) చోళదేశము, ఱవిక.
(3) కాంచీపట్టణము, మొలనూలు.
(4) కాముకుఁడు.
(5) ఆలోచన, ఉపాసన చేయుమంత్రము.

ద్వితీయసర్గము

ఈత్రైలోక్యమల్లదేవుఁడు క్రమక్రమాభివృద్ధిఁ జెంది కళ్యాణపురమును నిర్మించెను. ఆపురంబునందలి యుత్తుంగహర్మ్యములలోని దీపసంపదచేఁ గజ్జల సన్నిభంబగు నాకాశమలంకరింపఁ బడుచుండును. మంచిగంధపుఁబూఁత పూసిన గిబ్బిఁగుబ్బలను దాఁకుచు మరలిన శ్రీముఖానిలములే యాపురమునందు మలయవాయువులు చేయుపనిని జేయుచుండును చంద్రుఁడీ పురకాంతలగండస్థలములచే జయింపఁబడి ధూళిపడి మాసినయద్దమువలెఁ గాంతిహీనుఁడై ప్రతిబింబమును నెపముచే వారికమ్మలయందుఁ బ్రవేశించి కపోలములయందలి కాంతినిఁ దస్కరించుచు మొగములయందుఁ గూడఁ బ్రతిఫలించి తత్కాంతిఁగూడ నపహరింపఁదలచినను వానియందుఁ దలారివలెఁగాపుండిన మన్మథునివలన నాపని నెరవేర్చుకొనలేకపోయెను. ఇంద్రనీలమణి చూర్ణమువంటి (1) యుదరములు గల యిందలి తటాకములన్నియు మేఘములులేని శరత్కాలపుటాకాశమును, బురదలేని యమునానదినిఁబోలి యుండును. స్ఫటికపురాళ్ళచేఁ గట్టఁబడిన యాపట్టణపుఁ గోటగోడమీఁదఁజెక్కిన క్రోఁతితలలు నిర్మలమగు నాకసమునఁ బ్రతిఫలించుటఁజేసి పురలక్ష్మి తెల్లగఁ దోముకొనిన తన దంతముల నద్దములోఁ జూచుకొనుచున్నట్లూహింపఁదగియుండెను. ఇచట మేడలపైఁ దిరుగు కాంతలలోఁ గలసిపోయిన రౌప్యకర్పూరకరండపాండురుండగు చంద్రుని గుర్తుపట్టజాలక రోహిణి యూరక పరితపించును. తెల్లనిపాలరాళ్ళచేఁ దాపటముచేయఁబడి పాల్కడలిఁబోలి యున్న యాపురవీథులయందుఁ బ్రతిఫలించిన కాటుకవంటి గగనము కాలిపోయిన యడవివలెఁగాన్పించును. ఒడ్డునఁగల చెట్లు లోనికిఁ బ్రతిఫలించిన యచటి సరోవరములన్నియు సురలచే సమస్తమును గోలుపోయి పారిజాతవృక్షములు మాత్రము మిగిలిన పాలసముద్రమువలెఁ బ్రకాశించుచుండును. వేయేల, ప్రతిక్షణమునను

(1) మధ్యప్రదేశము.

మాని యగు సాహవదేవ మల్లునిచే రక్షింపఁబడుచున్న యీకల్యాణపుర
ముతో దేవేంద్రరక్షిత మగు నమరావతియు సాటికాదు. కోటబురుజులు
మీఁదఁ జెక్కఁబడి సర్వదా కాంతినీరముచే నిండిన సువర్ణకుంభములచే
విమానచారులగు దేవతల కొఱకు నియమింపఁబడిన పానీయశాలలవలెఁ
దోఁచుచుండును. ముల్లోకములు జయింపఁజాలిన యీనగరకామినీజన
విలాసము లాధారముగాఁ జేసికొని మున్నీశ్వరునిచేఁ బరాభవము చెందిన
మదనుఁడు మరల నీశ్వరుం బరాభవించుటకై నారి సారించుచుండును.
మన్మథవిజయమును సూచించు పల్లటీకూఁతలు రతపరిశ్రాంత లగు
కాంతల మణితముల విశ్రాంతి నప్పుడప్పుడు పూర్తిచేయుచుండును.
భర్తలకుఁ దమయందుఁ గల చనవుచే మాటిమాటికివచ్చు కోపజ్వరమున
కచ్చటి యారామములోని పుంస్కోకిలారావమే మం దగుచుండును.
ఈ నగరగృహములయందుఁ బ్రవేశించు చంద్రునకుఁ గాంతాముఖపరా
భవము కలుగుచున్నను రాహువునకుఁ గనంబడకుండుట చేతనైన లాభ
మొక్కటికలదు. ముత్తెపుఁజేరులచే నలంకరింపఁబడిన యచ్చటి ధ్వజ
పటములు గాలిచేఁ దూఁగాడుచు నాకాశగంగలోని నీరుఁ జిమ్ముచున్నవో
యనునట్లుండును, హరనిటలాగ్నిచేఁ దగులబెట్టఁబడిన మన్మథుఁడు తత్తాప
శాంతికై గాఁబోలు నమృతకుంభములను బోలు తత్పురకాంతల కుచకుం
భములను విడువఁడు. కల్పపూవండలఁబోలు కాంతాకటాక్షము లూఁతఁగాఁ
గొని ఱాయివంటి యతులచిత్తములు గూడఁ గరంచుచున్న మన్మథ
మాంత్రికునిమంత్ర మాపురమునఁ బాఱిన ట్లెచ్చటను వాలును. స్త్రీలను
మెఱుపులతోడను నెమిళ్ళను మేఘములతోడను బావులను నక్షత్రముల
తోడను నభస్థలమువలెఁ బ్రకాశించు నచటి వేలావనాంతములు కాముకు
లకు సురతోత్సవములకై మన్మథుఁడు పఱచిన పక్కలవలెఁ బొల్పె
సఁగును, వసంతర్తువునం దచ్చటికాంతలు కర్ణపూరములుగా నలఁకరించు
కొనిన దూర్వాంకురముల నాదారిసఁబోవు చంద్రునిలోని కురంగము తినుట
కఱ్ఱుచాచుచుండును. ప్రతియింటను ప్రతిదినమందును గామినులచటఁ
జూపు నేత్రకురంగములను బంధించు త్రాళ్ళులేని వలలును నక్షరములు

లేని మన్మథుని శాసనములునునైన విచిత్రనృత్యములఁ జేయుచుందురు. ముల్లోకములవారి కచ్చెరువుపుట్టించు సౌందర్యమును గలిగి (1) మానస మార్గము నతిక్రమించియున్న యీకల్యాణపురముతోడ నెల్లప్పుడు (2) మానసగోచరమైయున్న యలకాపట్టణ మెట్లుసాటిరాఁగలదు.

పరశురామునిఁ బోలువిక్రమంబుతో సర్వదిక్కులు జయించి యాచకులకుఁ గామితార్థములొసఁగుచుఁ దనకుఁ గలసంపత్తును బాత్రవినియోగము కలదానినిగాఁ జేయుచున్న త్రైలోక్యమల్లదేవనృపాలుఁడీ కల్యాణపుర మేలుచు సమస్తమనోరథములు తీఱినవాఁ డయ్యుఁ బుత్రముఖదర్శనములేక యొకనాఁడు పొద్దునఁ బ్రభాతనీలోత్పలమువలె దీనములైన నేత్రములతో సాయంకాల పద్మమువలె వాఁడిన ముఖంబుతోఁ గన్నీళ్ళచే మాట డగ్గుత్తికపడ భార్యతో "సుందరీ! పండుపండని యీగృహస్థాశ్రమవృక్షము నాడెందమును బరితపింపఁ జేయుచున్నది. నేఁటికిని గొడుకను పేరుగల నా ప్రతిబింబమును నీయుదరదర్పణమునఁ గానలేకున్నాఁడను. సర్వలక్షణసంపన్నురాలవైన నీయదృష్టమునకుఁ గూడ నాపురాకృతపుణ్యము ప్రతిబంధక మగుచున్నది. వంశక్రమాగత మగు మారాజ్యసంపద యనుభవింపఁ దగిన నావంటివాఁడు లేకపోవుట వలన నామది సముద్రమధ్యమున నడచుచున్న యోడకంబము మీఁది పక్షివలెఁ బరితపించుచున్నది. గృహస్థురాలు తొడపై నవ్వుచుఁ గూర్చుండిన పిల్లవానిచే శోభించినట్లు భర్తచనువుచేతఁగాని విలాసముచేతఁగాని నగలచేతఁగాని ప్రకాశింపదు. లాఁతి జంతువులను జంపు ఘాతుకమృగములు కూడఁ దమబిడ్డలనుజూచి యానందించును. ఎంతసంపద గలిగినను గృహస్థునిమనము పుత్రదర్శన మైన పిదపఁగాని విశ్రమింపదు. ఉభయలోకబాంధవుం డగు కొడుకు లేనిచో నశ్వమేధము మున్నగు యాగము లెందులకు? పితృఋణము తీర్చుకొనఁ జాలని యజమానుల

(1) మనస్సుచే నిట్టిదని చెప్పుటకు వలనుగాకున్నది.

(2) మానససరస్సు, మనస్సు.

కెన్ని శుభములు తటస్థించినను వట్టివియే. ప్రతాపము, శౌర్యము, దానము, భోగము, కీర్తి మొదలగు గుణము లెన్నియున్నను రాజట్టిగుణములుగల కొడుకులేనిచో వట్టి వ్యర్థుఁడు" అని పలికిన భర్తపలుకులు చెవిసూడ విని నితాంతదుఃఖితురాలై యారాజసుందరి మాఱుమాటాడలేకపోయెను. కాని ముంగురులు చెదరున ట్లూర్పువుచ్చెను. పిదప నారాజసింహుఁడును ధైర్యముతెచ్చుకొని యధీరలోచన యగుభార్యను దొడమీఁద నిడుకొని దయచూపించుచుఁ దెల్లని దంతకాంతులచేత నాతంకకళంకమును జిమ్ముచు "మృగాక్షీ! విచారింపకుము. పున్నమచందురునివంటి మొగమున మలివెచ్చని నిట్టూర్పులచే రంగుమాఱినదానిఁగా నేలచేసెదవు? చూడుము! నీ యధరోష్ఠ మెంతవాఁడియున్నదో! సమస్తరాజన్యులను జయించినవాఁడ నభీష్టవస్తు ప్రతిబంధకము లగు పూర్వకర్మములను మాత్రము జయింపలేనా? యిదిగో నడుముగట్టితిని వేదములు చదివితిని శాస్త్రము లభ్యసించితిని. పెక్కు పురాణములు చూచితిని. గురువుల యెడ వినయముతో నడుచుకొంటిని. సర్వోపాయములు నేర్చితిని, యీ యుపాయము మాత్రము నేరవలేనా? కలదు. కులదేవతయగు బాలచంద్రశేఖరు నాశ్రయింతము. అతనిభక్తులకు దుర్లభమనోరథము లుండవు. ఆతఁడు మనపాలిట నుండ నే నెన్నియో వెత్తియూహ లూహించుచున్నాఁడను పద, తపస్సునకుఁ బోదము. జితేంద్రియుఁడనై జగద్గురువగు నీశ్వరుఁడు ప్రసన్నుఁ డగువఱకుఁ దపమొనరించెదను. భక్తిచేత మృగాంకశేఖరునిఁ బ్రసన్నునిఁగాఁ జేసికొనఁగల" నను భర్తమాటల కామెయు సమ్మతిపడ రాజేంద్రుఁడును రాజ్యభార మంతయు మంత్రులయందిడి తపోవనంబునకుం బోయి తనచేతఁగోయంబడిన పూలచేతనే యీశ్వరునర్చించుచు (1) స్థండిలభూమిం బరుండుచు మహారాజయ్యును మహర్షులకు శక్యముగాని తపముచేయుచు సర్వర్తుబాధలకు సహించుచుండెను. రాజపత్నియుఁ గఠోరవ్రతముచేఁ గృశించుచున్న భర్తను మాణిక్యమును గాంతివలె విడువక మచ్చురాతిమీఁద బంగారుగీఁతవలెఁ గృశించిన శరీరముతోఁ,

(1) బాగుచేయనినేల.

పూజింపఁబడుచున్న యాశ్వరుని శిరమునందలి గంగాతరంగవాతములచే శ్రమలేనిది వలె నీశ్వరమందిరాజిరమును దానే యలుకుచు నూడ్చుచు భర్తను సేవించుచుండెను. త్రైలోక్యమల్లుఁడును దనయౌదార్యమునకును నౌన్నత్యమునకును గంభీరచిత్తమునకును దగిన భక్తితో నద్రికన్యామనోహరుని బూజించుచుండెను. ఈగతి శివునిగుఱించి యుగ్రమగుతపస్సు గావించుచున్న యా నరపతి యొకనాఁడు ప్రాతఃపూజాసమయమునఁ "జాలుక్యక్షితిపాలా! పరిశ్రమచాలును! ఇఁక విశ్రమింపుము. ఉగ్రతపము మానుము. భక్తవత్సలుండగు పరమేశ్వరునికి నీయం దపారమగు దయకలిగినది. ఈ నీ ధర్మపత్ని ముగ్గురుకొమాళ్ళతల్లి గాఁగలదు. నీచాలుక్యవంశము వారిచే మిగులఁ గొనియాడంబడఁగలదు. అందుఁ బ్రతాపమునకు నిధియు, జయలక్ష్మికి స్థానమును, విద్యల కాలవాలమును నగు నీ నడిమి పుత్రునిచే దిలీపుఁడు మాంధాత మొదలగు రాజులవలని సౌఖ్యముకంటె నీ భూపురంధ్రి యెక్కుడు సౌఖ్యమును బొందఁగలదు. మొదటివాఁడును మూఁడవవాఁడును నీపూర్వపుణ్యమునఁ గలుగువారు. నడిమివాఁడు నాయనుగ్రహము వలన సంభవించువాఁడు. కావున రామునివలె సముద్రములుకూడ దాఁటి జయలక్ష్మినిఁ గైవసము చేసికొనఁ గలఁడు." అని యాకాశమునుండి వెడలిన మాటను విని మేను పులకరింప సంతోషవికసితలోచనుఁడై పురంధ్రీమణియగు భార్యకయ్యాదంతముఁజెప్పి సంతసపఱచి వ్రతపారణచేసి బ్రాహ్మణులకు సొమ్ము పంచిపెట్టి సమస్తసౌభాగ్యములకు మూలకందమగు పవిత్రముతోఁ గూడ నిజపురి కేతెంచి యెప్పటియట్ల రాజ్య మేలుచుండెను.

/

తరువాత నా రాజసుందరి యొక్క కుమారునిఁ గనియెను చందురునివలె సర్వజనసుందరుఁడగు నాబాలకునకు దండ్రి సోమభూపాలుఁడని నామకరణము నొనరించి దివ్యభారతి మాటఁ దలంచుకొని భార్యాద్వితీయగర్భము నభిలషించి కాలము గడుపుచుండఁ గొన్నినాళ్ళకారాజపత్ని గండస్థలములు తెల్లఁబారెను. నరేంద్రుఁడును బ్రాహ్మణులకై

హేమవర్షమును గురిపించెను. హరప్రసాదము మూర్తీభవించునను సంతోషముతో నాసమయమునం దెవ్వరేమికోరిననవితీర్చెను. పిపపఁగ్రహ ముగ సుధాప్రవాహముచేతఁ గడుగఁబడెనోయన నారాజవల్లభ దేహ మంతయుఁ దెల్లఁబడెను. విషాదపంక మెడలుటఁగాఁబోలును క్షమాపతి మానసముగూడ నిర్మలమయ్యెను. ఆమె స్తనకుంభములయందు ధాత పాలకుబదులు చంద్రునిఁ బిడిచిన యమృతముచేత నిండింపఁగా నందలి కళంకసంబంధమగు నలుపు పైకిఁదేలెనోయన ముక్కులు నల్లబడియెను. వక్షోజములమీఁది మంచిగంధ మా యమృతము వడపోయుటకై కట్టిన శుభ్రవస్త్రమువలెఁ దనరెను. ఉదయింపఁబోవు రాజపుత్రునికై పాలు దాచు హేమకుంభములమీఁద మల్లెపూవుదండలు కట్టినగతి నామెయురోజ ములమీఁది ముత్యాలదండలు చెలువారెను. మఱియు నాచూచుకంబులు జనింపనున్న రాజకుమారునకుఁ బ్రభావము, కీర్తి, ప్రతాపము, సౌజన్యము మొదలగు గుణములు వృద్ధిచేయుటకై వండిన రసాయన గుళికలవలె నుండెను. సమస్తయాచకుల దారిద్ర్యమును బాపంజాలు బాలకుఁడు గర్భమం దుండ నారాజసతి నడుమునకు మాత్రము దారిద్ర్యమెట్లు వదలకపోవును ? గర్భస్థుఁడగు శిశువు దానముచే (1) బలితిరస్కారముఁ గావించునని సూచించుటకుం బోలె నరనాథసీమంతిని గర్భమునందలి (2) బలులకుఁ దిరస్కారము కలిగెను. భూభారము శమింపఁజేయు నిసు వుదరమునం దుండుటఁ జేసి కాఁబోలు గర్భభరాలసయగు నారాజ పత్ని భూమికి భారములేకుండ నడుగులు మెల్లమెల్లఁగ నిడసాగెను. ఆమె మొలనూలి మణులయందుఁ బ్రతిఫలించిన చెలికత్తెల ప్రతిబింబములుదర మందున్న బాలకుని రక్షించుటకై రాత్రిందివములు కావలికాచుచున్న కులదేవతలవలెఁ బ్రకాశింపసాగెను. రత్నవికారములగు భూములయందుఁ బ్రతిఫలించిన గృహము లచటఁ దిరుగుచున్న యామెను నమస్కరించుటకై కులపర్వతంబులు చనుదెంచినవోయన నొప్పుచుండెను. ఉదర

(1) బలిచక్రవర్తిని తిరస్కరించుట. బలవంతులను దిరస్కరించుట.

(2) వళిత్రయమునాస, వళులు = మడతలు.

ముసం దంతట వ్యాపించిన కాంచికామాణిక్యప్రభలు కడుపులోనున్న బాలసూర్యుని యీరెండవలెఁ దనరెను. రాత్రిలలో వెన్నెలబైట వినోదార్థము పన్నుండిన యీయువిద గర్భమునందుఁ బ్రతిఫలించిన చంద్రుఁడు సుఖసుప్తుఁడైన యందరి బాలకుని తెల్లపట్టుతలాడవలెఁ గన్పట్టెను. ఆగరితకు దిగ్గజకుంభస్థలములయం దడుగులు నెలకొలుప వలయునని బుద్ధిపొడముటయు, సర్వదా తళతళలాడు కత్తులను జూచుటయం దభిలాషకలుగుటయు, నక్షత్రములను జేతఁబట్టు కోరిక పుట్టుటయు, దిగంగనలచేతఁ బరిచర్య చేయించుకో వలయు ననుతలంపు జనించుటయు, మ్రోగుచున్న భూషణములసైతము కనుబొమ్మలెత్తి చూచుటయు, తేజస్సుచేత స్తబ్ధశిరములయిన గృహదీపములయందును మాత్సర్యము గలుగుటయు, గర్భస్థితబాలకుని శౌర్యధైర్యాది గుణములను వెల్లడిచేయ రాజున కపరిమితానంద మగుచుండెను. భార్యల శుభసూచకములగు దౌహృదలక్షణము లెవ్వరికి సంతోషము కొలుపవు? క్రమముగ విష్యక్తముగఁ బుంసవనము మున్నగు నవి జరిగినపిమ్మట విశేషలక్షణములచేత నాసన్నప్రసవ యగుభార్యను గనుఁగొని నృపేంద్రుఁడు సంతోషమును లోన నిమిడించుకొన లేకపోయెను. వైద్యులు తగిన యౌషధములు సన్నద్ధపఱుప చెలికత్తెలు గర్భరక్షకై తగినవిధు లొనరింపఁ బ్రసవాచారములు తెలిసిన పలువురు మంత్రసానులు పరివేష్టింపఁ గులజ్యోతిష్కుఁడు చెప్పిన ముహూర్తమున వయసుతీఱిన ముత్తైదువలతో నారాజకాంత సూతికాగృహమును బ్రవేశించెను. వేలకొలఁది తోఁచు శకునములు రాజునకు సంతోషమును సూచింప దీపములు గూడఁ బ్రసవబాధలేకుండ జపము చేయుచున్నవోయన నిశ్చలములయి యుండఁ బిల్లతోఁగూడిన రాజహంసను గూడఁ బరిచారికాజన ముపాయమడుగుచుండ, భూమి త్రవ్వి శస్త్రపాణులు కొందఱు వేఱువెల్లఁకులు తెచ్చుచుండ, మంత్రవేత్తలు హుంకారములు చేయుచు నలుదిక్కుల కక్షతలు చల్లుచుండ, సమీపమునందుఁ బంజరములలో నున్న చిలుకలుగూడఁ చెవియొగ్గి వినుచు విచారించుచుండఁ బురాతన చక్రవర్తులెవ్వరికి

దొరకని యొక శుభలగ్నంబునఁ బరమేశ్వరానుగ్రహమున నొక సుపుత్త్రుం డుదయించెను.

దేవతలు తుమ్మెదలతోఁ గూడిన పారిజాతకుసుమములను వర్షించిరి. దుందుభులను మ్రోయించిరి. దిక్కులన్నియు నిర్మలము లయ్యెను. పుట్టినవెంటనే పురుటింటి రతనపు గోడలయందుఁ బ్రతిబింబించిన యాబాలకుఁడు తమకుఁ జేయఁబోవు నుపకారమును దలంచి దిక్కులచే లాలింపఁబడుచున్నాఁ డనునట్టుల విరాజిల్లెను. నరపాలునకుఁ బుత్త్రజనన వార్తను మొదట దేవతానాందీనినాదమే తెలిపెను. తరువాతఁ దొందర పడుచుఁ బరువెత్తివచ్చుచున్న పరిచారికా జనముల సంతోషగద్గదము లగు వాగ్విలాసములు తెలిపెను. ఒకచోట బంగారము పంచిపెట్టుచుండ. నొకచోట సంగీతములు పాడుచుండ, నొకచోట నాట్యములు చేయుచుండ, నొకచోట మంగళతూర్యములు మ్రోయించుచుండ, నొకచోట వైతాళికులు కొండాడుచుండ నేమహారాజగేహములును బొందనేరని మహోత్సవము నీత్రైలోక్యమల్లదేవునిగృహ మనుభవించెను. తరువాత విధిజ్ఞుఁ డగు పురోహితుఁడు చెప్పినగతి జాతకర్మసంస్కార మాచరించి పుత్త్రసంస్పర్శసుఖంబున సాటిలేని యానందము నాపృథ్వీపతి యనుభవించెను. గృహస్థులకుఁ బుత్త్రజన్మముకంటె నానందజనక మగునది లేదుగదా!

ఇది ద్వితీయసర్గము

తృతీయసర్గము

★

విక్రమాదిత్యుఁ డని పేరుపెట్టఁబడిన యీ పిన్నవాఁడు చేష్టావిశేషములచేతఁ బరాక్రమశాలియనియుఁ దేజోవంతుఁ డనియుఁ గొని చూడఁబడుచు వృద్ధినొందెను. రాజపత్నియు విక్రమముచే సామ్రాజ్యలక్ష్మి శోభించినపగిదిఁ జాళుక్యనరపాలభూషణంబగు నాకుమారునిచే

మిగుల వన్నెకెక్కెను. ఆబాలుఁడు ముత్యాలహారములు చేతఁబట్టుకొని వాలుత్రాగుచున్నపుడు భోగములయెడల గుణవంతులను వదలుట నామతము కాదనునట్లు తెలుపుచుండెను. తొట్టికిఁ గట్టిన రత్నములను గుప్పిటఁ బట్టుకొనినప్పు డిట్టటుఁ బ్రసరించు తత్కాంతి శత్రుకంఠములను దునిమి తద్రక్తసిక్తంబగు కత్తి చేత ధరింపఁగలఁ డనియు, బోరగిలఁ బడుట నీచులనుజూచువాఁడు కాఁడనియుఁ దెలియఁజేయు చుండెను. దాది పలుకు పల్కులకు నవ్వుచు గద్దరించుటయు, వ్రేలు చేతికందిచ్చిన లేచి ఎద్దెముచేయుటయు, నవ్యక్తమధురముగ మాటలాడుటయు నరేంద్రుని నేత్రములకును శ్రోత్రములకును సంతోషజనకములుగా నాబాలమృగాంకుఁడు క్రమముగ చౌలసంస్కారముఁ జెంది వినోదలీలా కుసుమములకు నందనవనమైయుండెను. తొడపైనున్న కుమారుని ధూళిధూసర మగు మేనినుండి జాఱు పరాగ మానరేంద్రచంద్రమునకు సంతోషమును బుట్టించు నౌషధచూర్ణమగుటకు సందేహమేమి? సేవ కొఱకై వచ్చిన యనేక సామంతనృపాలుర చేమోడ్పులయందు నిరాదర భావమును గనఁబఱచు త్రైలోక్యమల్లదేవనృపాలుఁ డీబాలుని యేకహస్త ప్రణామముచేతనే తనయాత్మను గృతార్థముగాఁ దలఁచుకొనియెను. అడుగడుగునకుఁ గొమరుని మొగము ముద్దుపెట్టుకొనుచున్న యాకుంతల దేవేంద్రుని చిత్తము బాలాధరసంపర్కముసఁ గాఁబోలును సర్వదా (1) రాగపరిపూర్ణమై యుండెను. ముఖచంద్రమండలంబున లేడికూడఁ బ్రవేశింపకుండ భయమునకై కంఠమునఁగట్టిన పులిగోరులపతకముతో నాడుకొనుచున్నపుడును, మువ్వలయందెల చప్పుడువిని దరికివచ్చు రాజహంసములను బెదిరించు చున్నపుడును, బోనులోని సింగపుఁగొదమల తోడఁ బోరాడం దలంచుచున్నపుడును, ఆవిక్రమాదిత్యకుమారునిఁ జూచుచున్నవారందఱు (2) రాజహంసలను దరికిఁజేరనీఁడనియు శత్రుసింహములను గూడ నిర్జింపఁగలవాడనియుఁ దలఁచుచుండిరి. ఉదయించి

(1) అనురాగము, ఎఱుపు,

(2) రాజశ్రేష్ఠులు.

దినదిన ప్రవర్ధమానుఁడగు నాబాలచంద్రుండు కొలఁదిదినములలోనే సమస్తభాషల యందును జదువనువ్రాయను నేర్చెను. పుణ్యాత్ముల కుపాధ్యాయులు నిమిత్తమాత్రముగాని వేఱుకాదు. అభ్యాసనిమిత్తము సమస్తదిక్కులయందు బాణములు ప్రయోగించు నారాజకంఠీరవమువలన జడిసి భూమియం దెల్లెడ నిండియున్న యగ్రజునికీర్తియు విరళమై పోయెను. ఆయువరాజు ముఖారవిందము కవిత్వము వక్తృత్వము నేర్చిన సరస్వతికిఁదప్ప నితరభూపాల కన్యకలను (1) మధుపాంగనలపాలుగాకుండెను. లావణ్యసామగ్రిచే నిండియున్న యా కుమారసుధాకరునిఁజూచిన కామినులకుఁ గలువతీగకుంబోలె రాత్రులయందు నిద్రదూరమయ్యెను. ప్రతిదినము వీధివెంబడి బోవుచున్నపు డనురాగముతోఁ దన్నుఁ జూచు నగరకాంతలవంకనైనం జూడక తలవంచుకొనిపోవు నారాజబాలకునిపైఁ గనుబొమ ముళ్ళతో ముగుదతనపుఁగోపమును సూచించువారి క్రేఁగంటి చూపులు పడుచుండును. లావణ్యసంపద (2) కనూచానగృహమైన యాకుమారుఁడు క్రమక్రమవర్ధమానుఁ డగుచుండఁ గల్యాణపురమునం దేకాంతలలోచనములు నిద్రకై వాచియుండలేదు? బాలుఁడయ్యు నొరులతేజస్సు నించుకేనియు సహింపని యారాజసూనుని వలనజడిసి కాఁబోలును సూర్యుఁడు (3) విష్ణుపదము నాశ్రయించెను. తేజోవంతులందఱికిని బయివాఁడగు నప్పుడమితేని కిరీటము మణిమయంబగు పాదపీఠమునఁ బ్రతిఫలింపఁజేసి కామిని యగు భూమిని బ్రతిమాలు కొనుచున్నదో యనునట్లుండెను. ఇంతలోఁ ద్రైలోక్యమల్లదేవునకు జయసింహుఁ డను మూఁడవకుమారుఁడు గూడఁ గలిగెను. స్వప్నమందైనను బరమేశ్వరుని యనుగ్రహ మసత్యముకాదు.

సమస్తవిద్యలఁ జతురుఁడై దిగ్విజయోత్సవమునకై వేడుకపడు విక్రమాదిత్యకుమారునింజూచి తండ్రి యొకనాఁడు "ఈకుమారుఁ

(1) ఆఁడుతుమ్మెదలు,
(2) క్రమప్రాప్తమైనది (3) ఆకాశము, విష్ణుమూర్తిపాదము.

దద్భుతసాహసము కలవాఁడు. ఇతఁడు సింహాసన మెక్కనేని సింహము
నొద్దనున్న యాఁడుసింగము నొరులు తిరస్కరింపలేనిపగిది నీరాజ్యలక్ష్మి
నొరులు తిరస్కరింపఁ జాలరు. కావున నితని యువరాజుం జేసెదను.
ఉభయతటముల నాశ్రయించిననదివలె నీరాజ్యలక్ష్మి మాయిరువురచేతను
బరిపాలింపఁబడునుగాక" అని నిశ్చయించి యట్లొనరించుటకుఁ బ్రయ
త్నించుచున్న తండ్రియుద్యమము విని కుమారుఁ డొకనాఁ డొద్దకు వచ్చి
దద్దయు వినయముతో నమస్కరించి సరస్వతికాలిగజ్జెలమ్రోఁతతో
సమానమగు వాక్కులతో "దేవా ! నీయాజ్ఞ సకలపార్థివులు శిరసా
వహించుచున్నారు. నీకు వశమైయున్న సంపద త్యాగభోగములచే
మిగుల వన్నెకెక్కినది నీయనుగ్రహమువలన నాకును సర్వము సులభమై
యున్నది. కావున నాకు యౌవరాజ్యభారమొసగుపూనిక నింతటితో నిలుపు"
మనిన రాజేంద్రుఁడు "కుమారా ! ఏలనామనోరథమునకు విఘ్నమొన
రించెదవు ? నీవంటి పుత్రరత్నము కలుగుటకై యెన్నిపాట్లు పడితినో
చంద్రశేఖరు నడుగుము నీవు యౌవరాజ్యమంగీకరించి జగము రక్షింపవేని
చిరకాలమునుండి యీభూమి మోసిమోసి బడలియున్న యీబుజములకు
విశ్రాంతి యెప్పుడు ?" అని పలికిన కర్ణాటమండలేశ్వరుని పలుకులు
విని విక్రమాదిత్యుఁడును దూఁగాడు పల్కువెలంది పైఁటకొంగువంటి
దంతప్రభలు పర్వ 'మహారాజ ! కవీంద్రుల యెదుట వాచాలతఁగనఁ
బఱచినట్లు, చంద్రుని యెదుట సౌందర్యగర్వముఁ జూపినట్లు, నీముందఱ
నేను వాచాపాటవము నగపఱచుట తగదు. అయినను నీయందలి
భక్తిచే నొకమాట చెప్పుచున్నాఁడ. నీకు నాయందుఁగల వాత్సల్యము
యుక్తాయుక్తవిచారమును బోఁగొట్టుచున్నది. పెద్దకుమారుఁడు సోమ
భూపాలుఁ డుండగా నేను యౌవరాజ్యమున కెట్లుతగుదును. చాలుక్య
వంశము గూడ నిటువంటి విపరీత కార్యముల నొనర్చిన నింకెవ్వరు
చేయరు ? ఈ కలికాలకుంజరము నిరంకుశమై ప్రవర్తింపక పోవునా ?
మొదటఁ దండ్రిరాజ్యమును బరిగ్రహించుటకు మాయన్న యోగ్యుఁడు.
విపరీత కార్యముచే మలినమైన యీనృపశ్రీపరిరంభణము నాకేమి సౌఖ్య

మొసఁగును ? అన్నగారి మొగము వాఁడిపోవ నేనే యౌవరాజ్య మంగీకరించితినేని నేనే చాళుక్యగోత్రమునకు మొదటఁ గళంకము వ్రాసినవాఁడ నగుదును. కాఁబట్టి దేవరచిరకాలము రాజ్యమును వహింపుఁడు. సోమభూపాలునకు యౌవరాజ్య మిప్పింపుఁడు. నేను మీ యుద్ధములకు బంటనై దిగ్విజయముఁ గావించి వచ్చెదను. శ్రీరాముని తండ్రి యక్రమముగ భరతునకు బట్టాభిషేకము చేయుటచేతఁ గదా శ్రీజితుఁ డను నపకీర్తి వచ్చినది; వచ్చిన యపకీర్తి నేఁటికిని గ్రంథములయందు వాకొనఁబడుచున్నయది ! కాన నో కుంతలేశ్వర ! అపయశముం దెచ్చి పెట్టు నాయందలి పక్షపాతమును వదలుము. నాకు యౌవరాజ్య మొసఁగుటకు దేవరచిత్తమెందులకొడఁబడెనో నేనెఱుఁగను' అని కుమారుఁడు పలికిన శ్రోత్రపవిత్రములగు మాటలువిని చమత్కారముజెంది 'లంజలలో నగ్రగణ్యురాలగు నీరాజ్యలక్ష్మి యెవనిచిత్తమును గలుషముగాఁజేయదని తలపోయుచుఁ బుత్రునంకమునఁ గూర్చుండఁ బెట్టుకొని మేనుపులకరింప దంతకాంతులు సుతుని కంఠముపై ముత్యాలదండయై చెలువారఁ 'తనయ ! నేనుచిరకాలము తపస్సు చేసి యీశ్వరు ననుగ్రహము వడసి చాళుక్య గోత్రము దరింపఁజాలిన నిన్నుఁగంటిని. కాదేని శ్రవణామృతములగు చిట్టిపలుకు లెవరినోట వెలువడును ? వేలుపుఁదుమ్మెద లాస్వాదింపఁ దగిన పూవులు పారిజాతవృక్షమునుండికాక లాఁతిచెట్టునుండి బైలు దేఱునా ? దేనిని రాజకుమారులందఱుఁ గోరుచుందురో, దేని నదృష్ట హీనులు బడయఁజాలరో యట్టిరాజ్యలక్ష్మిని నీవు గడ్డిపరకఁగాఁ దలచుచున్నాఁడవు. లంకా సమీపమునందలి సముద్రముచే విడువఁబడిన యీ భూమి నిజముగా రాక్షసివంటిది. ఇది రక్తమాంసము లేకాలమును దొరకవలయునని కోరుచుండును. దీనిని సామాన్యులేలుటకుఁ బనికి రారు. నీవుపదేశించినమార్గమును నేనెఱుంగక పోలేదు. నేను జాలుక్యవంశమునఁ బుట్టకపోనులేదు. స్వభావచంచల యగులక్ష్మికి రాజ (1) గుణబంధము లేనిచో నిలుకడ సంభవింపదు. నీకు యౌవరాజ్య

(1) సద్గుణముల సంబంధము. త్రాళ్ళచేఁగట్టుట.

మొసఁగుటలో నాయందేమియు దోషములేదు. నన్ను లోకులు నిందిం
పకు. నీవు తెలుసుకోఁదలఁచితివేని జ్యోతిష్కుల నడుగుము. సోమ
భూపాలునకు సామ్రాజ్యమీయకుండ వానిజాతకమునందలి పాపగ్రహ
ములే పాపముగట్టుకొన్నవి. పరమేశ్వరుఁడుకూడ రాజ్యమేలఁదగిన
వాఁడవు నీవనియే తొల్లివక్కాణించె. ముగ్గురు కొడుకులు గలవాఁడను
పుణ్యమునాకు దొరకుటకే తక్కిన యిరువురును గావున నామాట నమ్ముము.
చాళుక్యరాజ్యలక్ష్మిఁ బ్రతిష్ఠనందనిమ్ము. మాత్సర్యములేక నిజము
తెలిసికొనిన రాజులునన్నుఁ గొనియాడుదురుగాక ! నాపక్షపాతమునకు
గళంకము లేకపోవునుగాక ! అని తండ్రిచెప్పినమాటలు విని నవ్వుచు
కుమారుఁడు మరల 'నోజనక ! నాభాగ్యదోషముచేత సత్కీర్తికి లోపము
చేయు చెడ్డపట్టు దల నీకుగలిగినది. అతని జాతకమునకు రాజయోగము
లేదేని నీశ్వరుఁడతనియందనుగ్రహము లేనివాఁడేని నీమనోరథము చివర
కెట్లయినను సిద్ధింపఁగలదు. కావున నీయపకీర్తిని మీఁద బెట్టుకొనకుము.
నాకీదుర్యశమును దేకుము. అదియుంగాక నావంటి తమ్ముఁడతని
యాజ్ఞ శిరసావహించుచుండ నాతని కశక్తియన నెట్టిది ? అతనిని
రక్షమనీవటె సింహాసనముమీఁద మాత్రముండనిమ్ము నేనే రాజ్యభారమును
దాల్చెదను' అనిచమత్కారముగాఁ బలికి తండ్రికిఁ గౌతుకముఁగలుగ
జేసెను. నృపాలుఁడును బెద్దకొడుకును బిలిచి 'నాయభీప్సితమును
జంద్రమౌళి యెట్లయినను సమకూర్పఁగలఁడు. విక్రమాదిత్యుఁడు
చెప్పినట్లే చేసెదను. పెద్దకుమారునకు సామ్రాజ్యమిచ్చినను మడుగు
లోనికి మరల్చిన నదికూడ సాగరమునకే దారి వెదకుకొనినట్లు రాజ్య
లక్ష్మి విక్రమాదిత్యునే పొందఁగలదు. ఈశ్వరుఁడు వరమిచ్చిన యిత
నికి సామ్రాజ్యము రాక యితరుల కెట్లువచ్చును. రత్నపరీక్షకుఁడు
మంచిదని చెప్పిన రత్నమునకు వెలవచ్చునుగాని లాఁతివాళ్ళకు రాదు.'
అనితలపోసి జ్యేష్ఠకుమారునకే యౌవరాజ్యమిచ్చెను.

విక్రమాదిత్యుఁడును రాజ్యమేలు తండ్రిభారమును యౌవరాజ్యము వహించిన యన్నగారి భారమునుగూడ భూమండలము యొక్కయు, శేషుని యొక్కయు భారము నాదికూర్మము వహించినట్లు తానేవహించుచుండెను. వృద్ధనరేంద్రుఁడును యుద్ధప్రసక్తి కలిగినపుడెల్ల విక్రమాదిత్యునే పంపుచు నతఁడార్జించిన విజయామృతముం ద్రావుచుఁ బరితృప్తుఁడై యుండెను. చోళదేశ దండయాత్రయందు సముద్రములో నీఁదులాడు విక్రమాదిత్యుని యేనుఁగుల కుంభస్థలములయందలి (1) చీనపిష్టముచేత నెఱ్ఱఁబడిన కడలి చోళసైన్య క్షయమువలనఁ గలిగిన రక్తనదులతోడ సంగమింపఁబడినదో యనునట్లూహింపఁబడెను. ఈచాళుక్యరాముఁడు (2) హరిసైన్యముతోఁ దనయొద్దునఁ దిరుగుచున్న యపుడు మరల సముద్రము భయపడి యొడ్డుననున్న ముత్తెపుఁజిప్ప లను నెపమునఁ బండ్లూడఁగొట్టుకొనినట్లుండెను. అతఁడు మలయాద్రికిఁ బోయినపుఁడు చైత్రమాసము కాకున్నను వియోగినీస్త్రీలను బాధపెట్టుటకై మలయవాయువు లేనుఁగు గున్నల చేటచెవులవలన బయలువెడలెను. (3) నిస్త్రింశధారాజలమునుండి శాత్రవ (4) యశఃక్షీరములను వేఱుపఱచుటచేఁ దన (5) రాజహంస విలాసమును బ్రకటించుచుఁ జాపదండమాకర్ణాంతముగ లాగుచున్నపుడే ద్రవిడాంగనల మొగములు వేఁడి విట్టూర్పుగాడ్పులచేఁ గమలి పోవుచుండెను. అతనిలో విరోధపడి మొదటబతియైన చోళదేశపురాజు పశువువలె ద్రవిడభూకాంతను దల్లినిగా భావించుకొని స్తనాస్వాదము చేసినట్లు గిరినిర్ఝరోదకమును ద్రావెను. శరణుచెందిన మాళవదేశపురాజును మరలరాజ్యమందు నిలిపిన యీ విక్రమాదిత్యుని రాజు లనేకులు తమ కన్యకలతో సర్వస్వముకానుకగా నిచ్చి వేడుకొనిరి. ఈ యాహవమల్లకుమారుఁ డాహవములోఁ దలయెత్తిన వారి నెల్ల నఱకుచుండ నతనికత్తివాతఁబడకుండుటకు (6) నమ్రభావము

(1) సిందూరము. (2) గుజ్జుపుదళము, క్రోఁతిమూక, (3) కత్తివాఁడియను నీరు. (4) కీర్తియనుపాలు (5) రాజశ్రేష్ఠుఁడు హంసలలో నొకజాతి. (6) వంగుట. నమస్కరించుట.

తప్పఁ దక్కిన యుపాయము శత్రువులకు లేకపోయెను. ఏనుఁగుల నిచ్చిన ముంజుఁడు గాని కవిబాంధవుఁడగు భోజరాజుగాని యాచకులకు బంగారువర్షము కురిపించిన యతని దాతృత్వమునకుఁ జాలరు. అతని బాహుపురులయందలి ముళ్ళవంటి రత్నాంకురములు కత్తిదెబ్బలచే నైన నొప్పుటచేత జయలక్ష్మి కౌగిలించుకొనుటకు వెనుక దీయకపోయెను. తన శ్వేతాతపత్రము తప్ప నితరాతపత్రములను సహింపని యారాజసూనుఁ డనేక (1) భూభృద్వంశదండములను జీల్చివైచెను. గౌడదేశపు రాజును జయించి యతని విజయదంతావళమును నోడించి కాంతిరూపుఁడను రాజువంశమును బగిల్చిన యీ విక్రమాదిత్య భూపాలునికీర్తి సూర్యచక్ర ధ్వనిచే వేకువజామున నిద్రలేకయున్న యుదయ పర్వతగుహలలోని సిద్ధాంగన లిప్పటికిని గొనియాడుచుందురు. ఇతని సమరోత్సవముఁ జూడఁదలచియును దేవేంద్రుని కట్టిమహాభాగ్యము తటస్థింపకపోవుటకు ధనుష్టంకారము వినిపాఱిపోయిన యుచ్చైశ్శ్రవమును, మదించిన యేనుఁగుల ఘీంకారమునకు బెదరిన యైరావతంబును గారణములయినవి. బందెపోటు గావించిన యితనిభటులవలనఁ గట్టుఁజీరలుకూడఁ గోల్పోయిన కాంచీపురచంచలాక్షులకు వారపహరింపని దేవాలయ ధ్వజపటములు మానమాత్రసంరక్షణకొఱకు గోచిగుడ్డలుగ నుపయోగించినవి. ద్రవిడ భూపాలునితోడ సమరముచేయునపు డితనికోదండము నుండి వెడలిన యుఱుములవంటి టాంకారములువిని లంకాపట్టణములోని రాక్షసులందఱు రావణుఁడు చచ్చినను నతనియందలికోపము వదలక శ్రీరాముఁడు మరల వచ్చుచున్నాఁడేమో యని బెగడొందిరి.

ఇది తృతీయ సర్గము

చతుర్థ సర్గము

★

పేరునకు సోమభూపాలుఁడు యువరాజయినను గ్రియచేత యువరాజైన విక్రమాదిత్యభూపాలుఁడు మన్మథునివలె దిగ్విజయము

(1) రాజవంశము, పర్వతమునందలి వెదుళ్ళు.

నాచరించెను. అతని యేనుఁగుల కేరళకాంతలచూర్ణకుంతలములతోఁ గూడ మలయపర్వతమునందలి చందనవృక్షములను బాడుచేయఁ దత్కాలమున లోకులకు మలయవాయువు కఱవయ్యెను; మలయపర్వతము, చచ్చిపోయిన శ్రీఖండవృక్షములకుఁ జందన ద్రవఫేనమను నెపమునఁ బిండప్రదాన మాచరించుచున్నట్లుండెను. చందనపంకముచేఁ బంకిలములైన యతనియేనుఁగు లీఁదులాడుచు సముద్రమునకు క్షణకాలము బడబాగ్నిసంతాపమును బోఁగొట్టినవి; చందనద్రవముతోఁ బ్రవహించుచున్న నదులుఁగూడ భర్తకు శీతలోపచారము గావించినవి. మంచిగంధపుబురదలో మునిఁగిన యతనిసేనవే గామినులందఱు మలయవాయువులకు జన్మభూమినిఁగాఁ దలఁచి చెలికత్తెనువలె గారవించిరి. అతనియంతఃపుర కాంతలచే విడువఁబడిన ముఖవాయువు లా మలయగుహలయందుఁ బోయిన మలయవాయువులు మరల మొలచుటకై చల్లిన విత్తులవలెనుండెను. గజములచే విఱువఁబడి సముద్రములోఁ బాఱవేయఁబడిన మంచిగంధపుఁజెట్లకు మాఱుగా సముద్రుఁడు వెలలేనిరత్నము లారాజునకిచ్చెను. చందనరసముచేఁ దెల్లఁబడిన రాళ్ళు తద్బలక్షోభముచే విఱిగిపోయిన మలయాద్రియెముకలవలెఁ గనఁబడెను. తచ్చమూకలకలము సముద్రశాయియగు శ్రీహరినిద్రకు భంగము గావింప సముద్రుఁడు చేయునది లేక తపతపఁ గొట్టుకొనసాగెను. తాము పడిపోవుటకు దొంగతనముగా శత్రువులుంచిన సంకెలలవలెఁ జుట్టచుట్టుకొని పఱుండియున్న పాముల నతని యేనుఁగులు కాళ్ళతోఁ ద్రొక్కివైచెను. కాలిలో గ్రుచ్చుకొనిన ముత్యములుగల యానృపవీరుని కరులు నక్షత్రములను జితుకఁ ద్రొక్కిన యైరావతమువలెఁ గన్పట్టెను. సముద్రుఁ డతఁడెక్కివచ్చిన గుఱ్ఱమును జూచి తనపుట్టినిల్లు గాంచిపోవలయునని వచ్చిన యుచ్చైశ్శ్రవమని భ్రాంతిపడెను. సేనాసమ్మర్దముచేతఁ గలఁతపడి మరణోపాయమును వెదకు కొనుచుఁ దనలోని కాలకూటమును హరుఁడు కబలించిపోయెఁగదా యని దుఃఖించెను. గాని కాంతల వాతెరలను బోలు తనలోని పగడములయందుఁ బ్రేమతోఁ జూడ్కి నిగుడించుచున్న యాపుంత

తేంపరికుమారుని ప్రీతికిఁ బాత్రమగుటచే నాసాహసమును విడిచెను. మఱియుఁ గేరళసేనారక్త ప్రవాహములచేతఁ దననీరు మిశ్రమమగుటచే నగస్త్యమహాముని వలని భయమును వదలెను. ఈఁదులాడు గజముల దంతములలోఁ దగుల్కొనిన సముద్రములోని యెఱ్ఱపాములు రత్నాకర ములచేఁ ద్రుంపఁబడిన విద్రుమలతలట్లుఁ బ్రకాశించెను. అతనికి భయ పడి సింహళద్వీపభూపతి శరణాగతుఁడై కుంభసంభవుని యాశ్రమమందు విశ్రమించెను. ఆతఁడు వింటిత్రాడు జళిపించిన గంగాకుండపట్టణము నందలి కాంతలగండస్థలములనుండి కుండలములు జాఱిపోయెను. అతని కీర్తియను కుంచె ద్రావిడీగండస్థలము లను గోడలయందుఁ దెలుపురంగుఁ జిత్రించెను. అతనిచే జయింపఁబడిన రాజధానులన్నియుఁ గూలిపోయిన శిరోగృహములచే శిరశ్ఛేదము గావింపబడినట్లుండెను. ఆరాజధానుల యందుండుకాంత లందఱుఁ గన్నీటిచేఁ దడిసెన కట్టుఁజీరలచేఁ బ్రతాపాగ్ని గొంత యుపశమింపఁజేసిరి. చోళాంతఃపురముల (1) సింహమధ్యలను వెడలించి సింహములఁ గాఁపురమువెట్టిన యతని ప్రతాపమునకు జడిసి పరువెత్తిన ద్రవిడకాంతల శిరోరుహములు (2) కర్పూరతిలక లను పేరులతో నడవిచెట్లులయం దిప్పటికినిఁ గనఁబడుచున్నవి. రత్నము లన్నియు జాఱిపోయి నూలుమాత్రము మిగిలిన (3) కాంచివలెఁ (4) గాంచియు సర్వస్వమును గోలుపోయి ప్రాకారము మాత్రము మిగిలి యుండెను. చోళదేశాంగన లితరప్రతాపమును సహింపని యితని ప్రతాపమువలన మన్మథప్రతాపమునకు దూరమైరి. చక్రకోటరాజు చిత్ర శాలయందుఁ గట్టించిన యేనుఁగులను వదిలిపెట్టించి దక్షిణ దిగ్విజయ యాత్ర సమాప్తిగావించి మరలివచ్చుచున్న యాయాహవమల్లదేవకుమారు నకు మార్గమం దకస్మాత్తుగ మనోవికారము గలిగెను. వామనేత్రము వామబాహువునదరెను. దానికతఁడు కన్నీరువదలుచు యీయశుభము మాతండ్రిగారికిని మాయన్నగారికిని కలుగక పోవుఁగాక యని తలఁచు

* (1) స్త్రీలు. (2) సీతామ్మవారి నూలుపోగులని చెప్పఁబడు తీఁగలు.
(3) మొలనూలు. (4) కాంచీనగరము.

చుండ నేదిక్కునుండియో యొక యమంగళవార్త యతని చెవిఁబడెను.
శరీరధారులకు శుభాశుభము లెప్పుడు నెదుటఁ గనిపెట్టియుండును. వారల
యంతరాత్మలందవి పూర్వమే ప్రతిబింబించును. సమస్తశాస్త్రములు
చదువుటవలన నిర్మలమయిన బుద్ధి గలవాఁడయ్యు నతఁడధైర్యముపాలై
యాదుర్నిమిత్తము శమించుటకై తన సర్వస్వము బ్రాహ్మణులకై
పంచిపెట్టి కృష్ణానదియొద్దునకు వచ్చి యచటనుండి ప్రయాణము నాపి
వేసి వాఁడినమొగముతోఁ దన రాజధానినుండి యెదురుగావచ్చు ప్రధాన
దూతను గనుఁగొని యతనిముఖమునుండి వెలువడిన వేఁడి నిట్టూర్పు
వలన నేదియో యొక యప్రియము నివేదింపవచ్చినవానింగా గ్రహించి
నమస్కరించినను నభినందింపక "మాతండ్రిగారికిఁ గుశలమా" యని
యడిగెను. వాఁడును బ్రక్కనగూర్చుండి ముక్కుమీఁదినుండి జాఱు
కన్నీటిబొట్లతో వాక్కు గద్గదంపడఁ "గుమారా! ధైర్యము వహింపుము.
పాండ్యుని, జయించితి వనియు, సింహళము నోడించితివనియుఁ జోళ
ద్రవిడదేశములను లోఁబఱచుకొంటి వనియు నీదిగ్విజయము విని
మీతండ్రి పరమానందంబుం బొందుచుండ సహింపక విధిచండాలుఁ డత
నికి హఠాత్తుగ దాహజ్వరముఁ దెచ్చిపెట్టెను. లోకములో సర్వదా సుఖ
మనుభవించువారు లేరు. మంచిగంధపుఁబూఁత మొదలగు శీతలోపచార
ములచేత నివారింపని యాయుష్ణమున కంతకంతకుఁ జల్లనగు భవద్ధాత్రీ
లింగనముం గోరుచుఁ గ్రమక్రమముగఁ దీసికొనిపోవ వచ్చిన యింద్ర
దూతలయందు గజనిమీలిక చేయుచున్నవాఁడుంబోలె నఱచూపుచూచుట
నేర్చుకొనియెను. లోపలితాపమును సహింపలేక శరీరమును వదలిపోవు
చున్న కీర్తివలెనున్న దంతకాంతులతో నొకనాఁడు మంత్రులంజూచి
నాప్రతాపమును బొగర రాజుల కిరీటమాణిక్యములయందు శాసనాక్షరము
లను జెక్కినది. నాబాణములు దిక్కులను గోడలకు రంధ్రములు
వొడిచి వానిని గీర్తియను రాజహంసమునకుఁ బంజరములను గాఁజేసెను.
సాటిలేని సంపత్తులచేత భూమిని దారిద్ర్యము లేని దానిని గావించితిని.
కవిగాయకుల యిండ్లయందు లక్ష్మిని గులస్త్రీలవలెఁ గాఁపురము పెట్టితిని,

సర్వగుణముల నన్ను జయింపఁజాలు వరప్రసాదియగు కుమారుని గంటిని. నాకేమికొదవ? మావిక్రమాదిత్యుఁడే మాసోమభూపాలునకు మొదట యౌవరాజ్యము నిప్పించి యిపుడు సామ్రాజ్య మిప్పించుచున్నాఁడు గాన నాకేమియు భయములేదు. మహేశ్వరభక్తుఁడనగు నాకుఁ గైలాస పర్వత మెక్కుటకంటె నొండు మనోరథములేదు. కైలాసగిరిద్వారపాలకులచే మెడఁబట్టి త్రోయఁబడు చచ్చురాజులకంటె నాయాత్మ కృతార్థమైనదిగాఁ దలఁచుచున్నాఁడను. పరిశుద్ధమగు చాళుక్యరాజుల వంశమునఁబుట్టితిని. ఏవియో కొన్ని శాస్త్రవచనము లీచెవులు వినినవి. ఈ యైశ్వర్య మేనుఁగుచెవివలెఁ జంచలమైనదని తెలిసికొంటిని. పార్వతీవల్లభునికంటె నాకితరదైవములేఁడు. కావునఁ దుంగభద్రానదీతీరంబున శివధ్యానము చేయుచు నీశరీరమును బరిత్యజించెదను. శ్రీకంఠసేవ చేయుటంజేసి నాకీశరీర ముపకారమైన దనియే భావించుచున్నాఁడను. అట్టి శరీరమును వదలుట కృతఘ్నవృత్తియే! ఐనను రాఁబోవు ఫలమునకై యీ మహాపాతకముం జేయుచున్నాను." అని పలికిన రాజుమాటలకు మంత్రిలందఱు నంగీకరించిరి. మంచికార్యముచేయుచుండ నెవ్వరిమనసుత్సాహపడదు? పిదప నారాజును బురమువదలి కొన్నిదినములకుఁ దక్షిణగంగ యగు తుంగభద్ర యొద్దునకువచ్చి "నిన్నుఁ గైలాసమునకుఁ గొనిపోయెదను, రమ్మని" చాచిన యామహానది చేతులో యనునట్లున్న తరంగములను జూచి బ్రహ్మదేవుఁడు స్వాగతమునకై ముందుఁబంపిచిన హంసములవలెనున్న డిండీరఖండంబులకు వింతపడుచు గాలిచే దూరమునకువచ్చి మీఁదఁబడుచున్న జలబిందువులచేఁ బరిశ్రమమువాసి యా నదిలోనికి దిగి మునిఁగి చండీశ్వరుని పాదపద్మములు ధ్యానించుచు బంగారు బ్రాహ్మణులకుఁ బంచిపెట్టెను. కష్టకాలమునఁ గూడ మహాత్ములు దానగుణమును విడువలేరు. తరువాత నీరు మెడబంటి యగువఱకుఁ బోయి కల్లోలధ్వనులే వాద్యములుగఁ జంద్రశేఖరుని పురమునకు దయచేసెను." అని చాలించిన యాప్రధాన దూతవాక్యములకుఁ గన్నీరు కాలువయైపాఱఁ గత్తి దూరముగాఁ బాఱవైచి దగ్గఱనున్నవారితోఁ గూడ

నెలఁగెత్తి యేడ్చుచుఁ బితృస్నేహము వలనను సహజమగు నార్ద్రాంతః కరణము వలనను నేను వర్ణించుటకు వీలులేనట్లుగా నేడ్చెను.

ఇట్టి దుష్కృత్యము చేయుటకుఁ గంకణముఁ గట్టుకొనిన యముఁడు తండ్రియగు తీక్ష్ణకిరణునికంటెఁ గంటకుఁడనియు స్వప్న మందేని దుఃఖము రాదనుకొను దినములలో నిట్టిమహాదుఃఖము సంభ వించిన దనియు మాటిమాటికి విచారించుచు నారాజపుత్రుఁ డెడతెగక పాఱుకన్నీటిచేఁ దినములన్నియు దుర్దినములుగాఁ జేయుచు "నోయాది కూర్మమా! నీవు చేసికొన్నపాపము నీసుఖమున కంతరాయము దెచ్చి నది. ఓ శేషపన్నగమా! భూభారము మోయలేక కృశించి యెముకల ప్రోవగుకాలము నీకుఁ దటస్థించినది. ఓ దిగ్గజములారా! మీరింక స్వేచ్ఛగాఁదిరుగ వలనుపడదు. మీరందఱుఁగలపి మరల భూమిమోసి కొనుండు. సువర్ణస్తంభమువంటి త్రిభువనమల్లదేవుని భుజము తమిస్ర మూలిచే స్వర్గభారము మోయుటకై నియమింపఁబడినది. ఓ శత్రురాజు లారా! మీరందఱు మీమీ రాజధానుల యందు సుఖముగానుండుఁడు. ఓ పౌరుషమా! నీకట్టిమహారాజుతో వియోగము కలిగినది. నీవేమిచేయఁ గలవు? ఓ ప్రతాపమా! నీవాశ్రయింపఁదగిన పురుషుఁడు లేఁడని విచారింపుము. ఓభూదేవీ! నీకిటువంటి పతివియోగదుఃఖ మెప్పుడును రాదు. కొనియాడఁదగిన పన్నగరాజఫణాచక్రమునుండి నీవు మరల దిగుట తటస్థింపదు. ఓ చిత్తమా! మట్టిముద్దపై నీవింతస్నేహము జూపెదవేల? దుర్బుద్ధి యగు విధిచండాలునివిధాన మపూర్వమైనది. లేదేని నతికష్టపడి నిర్మించిన వస్తువును దానే పాడుచేయునా? ఆకార మాధైర్య, మాగాంభీర్య, మావిభ్రమ, మాచిత్ర మెవ్వరియందుఁగలవు ఇన్నిగుణముల కేకత్రసమావేశ మిఁక దుర్లభమనుకొనవలయును. శత్రు వుల శస్త్రములన్నియు మొక్కవోఁగొట్టఁజాలిన వజ్రమువంటి శరీరము గల యట్టితండ్రి నేను దురదృష్టవంతుఁడనే కాకపోయినచోఁ జచ్చి పోవునా? నిజము. నాదౌర్భాగ్యముచేతనే యతఁడు మడిసెను. అటువంటి

విచిత్రసృష్టిచేయుటకు ధాత కింకఁ బరమాణువు లెక్కడ దొరకును? సముద్రమువలె సముఖముగావచ్చు (1) ననేక వాహినులను భరింపఁ గలమహాభాగ్యుండెవ్వఁడు గలఁడు? ఆహా! కణకణలాడు బొగ్గునిప్పుల వంటి యీమహావిషాదమును సౌకుమార్యముగల శరీరముతో సహించిన నావంటి మొండివాఁడెవఁడు" అని యేడ్చి మఱియు విచారించి వివేక దీపముచేత శోకతమము బాపుకొని యథావిధిగఁ దండ్రి కుత్తరక్రియ లాచరించి యన్నను జూడవలయునను తలంపు ముప్పిరిగొనఁ గొన్నిదిన ములు దారినడచి నిశ్శబ్దముగా సేనతోఁగూడఁ గల్యాణపురమును జొచ్చి హంసలేని పద్మలతవలె, నీతిలేని రాచరికమువలె, కవిలేని సుఖగోష్ఠివలెఁ, జందురుడులేని రాత్రివలె, దాతృత్వములేని లక్ష్మివలెఁ, గవిత్వములేని వాచాలత్వమువలెఁ, దండ్రిలేని యపవిత్రమైనఁ నగరిఁజూచి దుఃఖించుచు నెదురుగావచ్చిన యన్నచే నోదార్పఁబడి యతనితోఁగూడ రాజమందిర మును బ్రవేశించెను. అన్యోన్యగాఢాలింగనములచేత నాయన్నదమ్ము లిరువు రకు శరీరములోని శోకరసమొక్కసారి బైటికొత్తఁబడునో యనునట్లు కన్నీరు కాల్వలై పాఱెను.

ఇతర గోష్ఠిపరిసంగములచే దుఃఖముమఱచి విక్రమాదిత్యుఁడును దండ్రికంటె నెక్కుడుగా భావించుచు దిక్కులన్నియు జయించితెచ్చిన వసుజాతమంతయు నన్న యధీనముచేసెను. మహాత్ములనడవడి యెన్నఁ డును దప్పుదారికిఁ బోదు. కీర్తికాముని కెప్పుడును లోభగుణముండదు. తర్వాతఁ గొన్నిదినములకు సోమభూపాలుండు దినములమహిమచేఁ బాపబుద్ధిగలవాఁ డయ్యెను. (1) భవితవ్యతనుదాఁట నెవ్వరితరము? వానికిఁగల రాజ్యలక్ష్మి సారాయివలె మదమునకుఁ గారణమయ్యెను. తానుగట్టుకొన్న కీర్తివస్త్రము విడిపోవుటయే వాఁడెఱుఁగకపోయెను. చెవిటివానికివలె మహాత్ములు చెప్పినమాటలు వినఁబడకపోయెను. జ్వరము జీర్ణించినకొలఁది క్షయరోగము ప్రబలి ప్రాణిని నశింపఁజేసినపగిది,

(1) పెక్కు నదులు = పెక్కు సేనలు.

మదము బలసినకొలఁది దుర్బుద్ధి యతని యైశ్వర్యమును నశింపఁజేయ సాగెను. సన్యాసినివలె భూమి విరక్తయై (2) కుంతలోల్లాసము పోఁగొట్టుకొని మగండు బ్రతికియున్నను విధవవలె నుండెను. అపాత్రుడగు నతఁ డెక్కిన యేనుఁగు లన్నియుఁ దమపృష్ఠములను బవిత్రములు చేసుకొనునవియుఁ బోలె శీకరములచేఁ బ్రోక్షించుకొనసాగెను. పాపాత్ముఁడగు నతఁడు తాఁకినపాపముఁ బాపుటకై, గుజ్జములు పాలకులచేత మండలగతి యనునెపమునఁ బ్రదక్షిణము చేయింపఁబడినవి. రాజ్యలక్ష్మి లక్కముక్కవంటి దని యెఱుఁగకపోయెను. క్షత్రియతేజస్సుగూడ వానిని వదలిపోయెను. లక్ష్మిపిశాచికను ముద్దుపెట్టుకొనుటచే రక్తము రుచియెఱిఁగినవాఁడువలెను నతఁడు ప్రజలరక్తమునుగూడఁ బీల్చుటకభిలషించెను. తళతళఁ బ్రకాశించు జాతిరత్నములు కిరీటమందున్నను వానినజ్ఞాన మను చీఁకటి యావరించెను. దైవోపహతులను లోఁకువ చేయనివారుండరు. అందఱితప్పులను వెదకుచుండియుఁ దనతప్పు దాను దెలిసికొనలేక పిశాచమువలె మదమూర్ఛితుఁడై లోభియై యున్న యతనియందుఁ బ్రజలందఱు ననిష్టులైరి. రాజులకుఁ ద్యాగము జగద్వశీకరణౌషధముగదా ! తాను దుర్మార్గుఁడగుటయేగాక తమ్మునిఁగూడ దుష్కృత్యములఁ జేయఁ బ్రేరేపించుచుండెను. ఐశ్వర్యమత్తులయిన దుర్మార్గులకుఁ జేయరానికార్యము లేదు. అతఁ డంకుశము చేతఁబుచ్చుకొని యేనుఁగునెక్కి తిరుగుచున్నపు డప్రతిష్ఠాబీజము నాకాశమునఁ గూడ విత్తుచున్నాఁడని ప్రజలు తలఁచుచుండిరి. నాకీ యసత్ప్రలాపమెందులకు. చంద్రునివలె స్వచ్ఛమైన చాళుక్యగోత్రమునకు గొప్పకళంకము వచ్చునట్లు రాజ్యముచేసెను. విక్రమాదిత్యుఁడుగూడ వానిదురాగ్రహము మాన్పింపలేకపోయెను. రాజ్యపిశాచము పట్టుకొన్నవారలకు మందులేదు, మంత్రములేదు. అప్పుడు విక్రమాదిత్యుఁడు "లోకములో నే నపకీర్తికిఁ బాలగుచున్నాను. వీనివిపరీతమైనబుద్ధిని నేను గుదురుపఱుపలేకున్నాఁడను. పెద్దలు దుర్మార్గులైనపుడు వదలిపెట్టుటయే మంచిపనిగా ధర్మశాస్త్రములు చెప్పుచున్నవి. కావున నేను దక్షిణసముద్రతీరమునకుఁ బోయెదను.

నేనూరకయున్నచో నీసమయమున ద్రవిడదేశపురాజు మొదలగువారు సోమభూపాలుని పరిభవింతురు. కావున వారట్టిపని చేయకుండఁ గాపాడు చుందును" అని నిశ్చయించి భేరీరవంబున రోదసీకటాహంబు బీటలు వార వెడలిపోయెను. తేనెపట్టులేని కాననభూమివలెఁ, జాపములేని నారివలె, ముత్యములేని శుక్తివలె, మాధుర్యములేని కవితవలె విక్రమాదిత్యుఁడు లేని చాళుక్యరాజధాని శోభావిహీనమై యుండెను. మహాత్ముల సామర్థ్యమును వర్ణించుట కెవ్వనికి శక్యము?

ఇది చతుర్థసర్గము

పంచమసర్గము

★

విక్రమాదిత్యుఁడు ప్రోలు విడిచిపోవుచు దుర్మార్గుఁడగు నన్న తమ్ముండగు సింహదేవునకుఁ గూడ నేదేని సంకటముకలుగఁజేయునను తలంపుతో నతనినిగూడ వెంటఁ దీసికొనిపోయెను. తూర్యమంగళారావంబులు లేనికతంబునఁ గల్యాణపురలక్ష్మి నగలుదాఁచుకొని తెల్లమొగముతో వెనుకనడుగులిడుచున్నట్లు కనఁబడెను. సోమభూపాలుండును విక్రమాదిత్యుని విరోధినిగాఁదలఁచుకొని రాత్రులయందు నిద్రపట్టక మేనిగంధ మంతయుఁ దల్పమునదొర్లుమఁ బోఁగొట్టుకొనుచుండెను. భయమను పెద్దయూబిగోతిలోఁ బడియున్న యతనిచిత్తము గొప్పబరువును మోయఁ దగిన యేనుఁగులుగూడ లాగలేనట్లుండెను. పిదపఁ బరితప్తమైన చిత్తముతోఁ బుష్కలమగు సైన్యమును విక్రమాదిత్యుని వెంటఁబంపెను. బద్ధచిత్తమును జర్మనేత్రములును గలవారు చేయని తెలివితక్కువ పనులులేనేలేవు. వెనుకవచ్చిన సైన్యమును జూచి విక్రమాదిత్యుండును గారణము తెలియకుండఁ జంపఁగూడదని యూరకయుండెను. ప్రబల మైన భుజపరాక్రమముగల మహానుభావులు సంకటకాలములఁ గూడఁ

దొందరపడరు. తరువాత యుద్ధమునకు సన్నద్ధమైన యాసైన్యమును మదపుటేనుఁగులే పిండిగావింప శత్రునృపాలాంతకుండగు విక్రమాదిత్య నృపాలుఁ డొక్క కబళముగా మ్రింగివైచెను. బహుప్రలాపములేల? సారెసారెకన్నచేఁ బంపబడుచున్న పెక్కుసైనికులను మృత్యువక్త్రమను గుహలోఁ బ్రవేశపెట్టుచుఁ జిట్టచివర కతనిపేరుమాత్రము మిగిలినదానిగాఁజేసెను. బాహాపంజరమున రాజహంసియుంబోలెఁ గీర్తికాంతను సంపత్కన్యకతోఁ గూడ విరోధములేకుండ లాలించుచు నన్న దుర్మార్గచేష్టల వలనఁ గలుషపంకమంటిన చిత్తమును తుంగభద్రానదీనిర్మలోదకములచే స్వచ్ఛముగాఁ జేసికొనియెను. జలక్రీడయొనరించు నతని యేనుఁగులవలనఁ దుంగభద్రకు సముద్ర సంగమము నివారింపఁబడియెను. కాని యనేక కరీంద్రమదనదీప్రవాహములు మాత్రము సముద్రప్రణయమును సంపాదించుకొనియెను. కరీంద్రజలావగాహనోత్సవము చూచుతలంపుతో నొడ్డుననిల్చియున్న యారాజేంద్రునకుఁ దుంగభద్రాజల మపూయగలవారి చిత్తమురీతిని దెలుపుడు చేసెను. ఒకయేనుఁగు మదమునకై మూఁగు తుమ్మెదల రొదచే వ్యాకులపడి నీళ్ళుత్రాగుట మానుకొనెను. యాచకులకు సమయాసమయములు తెలియకుండ మిథ్యాస్తుతులచే దాతలను బాధ పెట్టుట సహజమేకదా? దగ్గఱనున్న యాఁడయేనుఁగుమీఁది ప్రేమచే నింకొక గజము కరులన్నిటినిఁ జిందరవందరగ ద్రొక్కసాగెను. మన్మథుని విచిత్రమగు భుజపరాక్రమము జంతువులమీఁదగూడ నప్రతిహతముగఁ బ్రవర్తిల్లుచున్నదికదా! ఒడ్డెక్కుటకు దారికడ్డముగా నిలిచియున్న గజములనుగాంచి గుఱ్ఱములు చిరకాలము నీటిలోనేయున్నవి. తీరమందలి ముండ్లచెట్లయందలి యాశచే లొట్టిపిట్టలానదివంకనైనఁ జూడలేదు. సముద్రుం డాకరిమద ప్రవాహముచేతఁ బూర్వముతనయందున్న యైరావతమును స్మరించుకొనియెను. ఒకదంతావళి మంకుశపుఁబోట్లను లక్ష్యపెట్టక స్నానముచేయుచున్న రాజపరిచారికల నడిమికిఁబోవుట యామావటీని యదృష్టము. కొన్నిదినములిట్లా తుంగభద్రను ప్రేయసీకుచకుంకుమపంకిలము గావించి యారాజసింహుఁడు చిర

కాలమునుండి పోరులేకయున్న భుజములతీఁటను దీర్చుకొనుటకై చోళదేశమునకుఁ బోయెను. ఏదేశములోన స్త్రీలముందఱఁ గేళీశకుంతలము మధురధ్వనులలోఁ గలసిపోవు కంఠధ్వనులుగల సుందరాంగనలు గూడఁ చమపై దర్ధ్యముఁ జూపుటకు వెఱచుచుందురో, యేనాట నల్లని పోఁకతోటలచే నెండకన్నెఱుఁగని ప్రదేశములయందు ముక్కంటి కంటిసెగ వడిన మన్మథుఁడు కాఁపురము చేయుచుండెనో. యేప్రాంతమందు మందమారుతముచే రాల్పఁబడిన మొగలి పుప్పొడిచేతఁ దెల్లనైన భూములచ్చటి కాంతలను మన్మధుఁడు శరణుఁజెంద వారు హరఫాలానలమును భస్మము గావించిరో యనునట్లుతోఁచుచుండునో, యేరాష్ట్రమందుఁ బండిన యరఁటి గెలలను రాల్చుచుం బగులఁగొట్టబడుచున్న కొబ్బరికాయలలోని నీటి బిందువులచేఁ జల్లనైనవాయువులు సర్వదా వీచుచుండునో, యట్టివనవాస మండలమునందుఁ గొన్నాళ్లువసించి మలయదేశమునందలి యుద్యానవన భూముల నాత్మయోషిదద్భుతవిలాసభూములుగాఁ జేయుటకై బయలుదేఱి సైన్యతూర్యధ్వనులచే వెనుకఁజూపిన పరాక్రమమూ దేశపురాజులకు స్మరణకుఁదెచ్చెను. దాడికై వచ్చిన యితనికా మలయదేశపు రాజగు జయకేశి ధనముకోరినదానికంటె మిక్కుటముగానిచ్చి కొంకణస్త్రీల ముఖచంద్రులయందలి హాసచంద్రికలకు వ్యభిచారము లేకుండఁ జేసెను. శరణుజెందిన యానృపేంద్రుని రాజ్యమునిల్పెను. అవినయమునకు మొదటి దూతిక యగు శరణుచెందకపోవుట మహావీరులకుఁ గోపమును వృద్ధిఁ బొందించును. కేరళదేశస్త్రీల గండస్థలములయందుఁ బూర్వమందును వలెఁ గన్నీళ్ళను జార్చించెను. బలాత్కారముగా నాక్రమించిన యా రాజభుజంగుని జూచి ద్రవిడ భూకాంత లోలవారినిధినీలకుంతలయై భయముచేఁగఁపించెను.

ఇట్లువిల్లూని యెదురువాడు లేక నిరంకుశముగఁ బరాక్రమించుచున్న యావిక్రమాదిత్య నృపాలుని యొద్ద కొకనాడు ద్రవిడరాజ దూత యొకఁడు వచ్చియొడల పాదపీఠములకుఁ దాఁక నమస్కరించి

(1) దశనాంశుపల్లవములయందుఁ (2) గోమలపదములు గలసరస్వతిని నడపించుచు "దేవా! చాళుక్యవంశభూషణ! నీగుణములను వర్ణించుటకును బద్మనీవల్లభుండగు సూర్యకిరణములను లెక్కించుటకును నెవ్వఁడు సమర్థుఁడు! నీటియందలి నైర్మల్యమైనను వర్ణింపఁగలను గాని నీకరవాలముయొక్క విమలత్వమునువర్ణింపఁజాలను. ప్రపంచమనుముత్యపుఁజిప్పలోనిముత్యమువలె నున్నకీర్తి దానివలనఁ బుట్టినదియే కదా! అట్టికీర్తి శత్రురాజకుంతలములచే శైవాలవంతమగు నీఖడ్గధారయందు రాజహంసియై ప్రకాశించుచున్నది. నీభుజదండ మెక్కిన వింటిమ్రోఁత రిపుమందిరములలోని యిల్లాండ్రరోదనముచే బలియుచున్నది. మఱియు దానిచేతనే దిగ్గజములుగూడ మదశూన్యములగుచున్నవి. దిక్కరులమదమింకిపోవుటచేతనే కశ్మలములగు తుమ్మెదలబారిఁ బడక దిక్కులు ప్రసన్నములై యున్నవి. ప్రళయకాలము రాకుండ సముద్రము జగత్తును ముంచలేనిపగిది నీవంటిరాజమూర్ధన్యునిఁ జేపట్టకుండ క్షాత్రతేజమసాధ్యకార్యమును సాంధిచుటకు సమర్థముకాదు. నీభుజ బలముచే నిలిపినపితృ రాజ్యమును గడ్డిపఱకవలె నన్న కిచ్చివేయుటచేత నీకీర్తిచంద్రిక జగమునందు వజ్రలేపముచే నతికినట్లు నిశ్చలమయ్యెను. నీకుఁ బితృరాజ్యమేటికి? సమస్తదేశములకు నీవేరాజువు. సింగ మేకొండ గవిలోనున్నను నందే మృగరాజనామమును ధరించును. కాని నీవే రాజ్యమున నుందువో యారాజ్యము చేసినపుణ్యమెక్కుడని చెప్పవలయును. భూదేవియైనను దుర్మార్గుఁడగు రాజు మగఁడుకాకుండ నీవంటి సచ్చరితుఁడు భర్తయగుట కెన్నినోములు నోమ వలయును! ఓసాహసాంకా! నీభయమున సిగ్గులేక యెందఱు రాజులు గిరిగుహలలో డాఁగియున్నారో వారినందఱిని నీధనూరావము బాధించుచున్నది. సమరమున నీవు మొగమెత్తిచేసినంతలో నింద్రజాలమెఱిఁగిన నీకత్తి మనుష్యశరీరములను దివ్యశరీరములను జేయుచున్నది. భారతాదిగ్రంథములు

(1) దంతకాంతులను చిగురుటాకులు, (2) మృదువగుపాదములు, నిర్దుష్టము లగుశబ్దములు.

చదివితిమి గాని నీవంటి ప్రతాపశాలిని వినలేదు. నీయదృష్ట మెట్టిదియో నీమొగము చూచినంతనే జయశ్రీ యన్యుల మొగమైనఁ జూడదు. శత్రురాజుల కిరీటములఁగల మాణిక్యములు కురువిందపు రాళ్ళవలె నీకత్తికి మఱింతవాఁడిఁ గలుగఁజేయుచున్నవి. అవియే మణులు! మారాజుగారు భవద్గుణములయందాదరము కలవాఁడయి నీతోఁజెప్పు మనినమాటలనేకములుకలవు అవి యన్నియు నేల? రాజ్యసంపదను తృణప్రాయముగాఁదలఁచిన నీకుధనమిచ్చెదనని చెప్పుటకు సిగ్గుపడుచున్నాఁడు. ఉఱుములవలెఁజాలమందివింటి మ్రోఁతలు చెవింబడెగాని రాజహంసాంగనవలె నతని (1) మానసమునుండి నీస్తుతిమాత్రము మరలదాయెను. మారాజున కద్భుతగుణములు గలదియు ముల్లోకము గెల్వఁజాలు సౌందర్యముగలదియు నుభయ కులపావనియు నగు నొకకన్యకలదు. ఆమె చేయి నీచేతులలో సమర్పించి కృతార్థుఁడు గాఁదలంచుచున్నాఁడు." అని మనోహరములగు మాటలు చెప్పినఁ గుంతలేంద్రుండును బ్రసన్నుఁడయ్యెను. మహాత్ముల కోపవిషజ్వరమును బాపుటకు వినయము కంటె మంచిమందు లేదు. పిదప నాచిన్నది యెంత సౌందర్యవతియో యని యొకయాలోచన మాతని హృదయములో నాటుకొనియెను. ఎల్లప్పుడును జాపమెక్కువెట్టుకొనియే యున్న మన్మథుఁడు కాముకుల యెడల నేదియో యొకసందు వెదకుచుండును. పిదప దంతకాంతులచే మనోనైర్మల్యమును సూచించుచున్న కుంతలాంగనానయనపూర్ణిమాచంద్రుండగు రాజకుంజర మోష్ఠపృష్ఠమునఁ జిఱునవ్వుఁ దొలఁకించుచు "నోయీ మీరాజుగారి సౌజన్యము నెఱుంగుట విల్లుమ్రోయించుటంజేసి నానోట వెలువడు సరస్వతి సిగ్గుపడు చున్నది. సజ్జనులు దోషములను వదలి గుణములనే స్వీకరింతురు. మేఘములు సముద్రములోని యుప్పదనమును బోఁగొట్టి నీళ్ళుత్రాగుటలేదా! దిగ్జయదుర్వ్యాపనము గలిగిన నేను మీరాజునకేమి ప్రియమాచరించితిని? అయినను నాయందతనికి విశేషానురాగము కలిగినది. మహాత్ములచరిత్ర మిద

(1) హృదయము మానససరస్సు.

సిద్ధమని చెప్పుట కెవ్వఁడు శక్తుఁడు ! స్నేహపరిపూరితమైన హృద
యముతో సమస్తసద్గుణశాలి యగు మీరాజు కోరినకోరిక నన్యథాచేయు
టకు నేను సమర్థుఁడనుకాను. తనయిష్టమువచ్చినట్లు చేయుమని
చెప్పుము" అని యమృతముస్రవించు వెన్నెల వలె నిర్మలమైన యాతని
మాటలకు భయమువదలి చనవునమరల దూత "యతని యిష్టము వేఱ
యేమియున్నది? వాంఛితము తీర్పనేతీర్చితివి. నీవకాదు మీవంశములో
నెవ్వరర్థుల యభిమతార్థములు సమకూర్పలేమ ? ఇంతమాత్రమున మా
రాజువంచకుఁడుకాడనితెలిసికొంటివి. నీప్రసన్నహృదయము నేమనికొండా
డవలయును ! నీవిచటినుండి మరల తుంగభద్రానదీతీరమున నివాసము
చేయుము. మారాజు కొన్నిదినములలో నీయొద్దకువచ్చి నీతో సూర్యు
నితోఁ బూర్ణచంద్రునివలెఁ గలసి కొనఁగలఁడు నీవు పల్లు పూని
యుండఁగాఁ బ్రీతియొసఁగుట కూడ భీతిగాఁ బరిణమించును. అతని
గుణపక్షపాత మప్పుడు తేటపడఁగలదు. నేఁటివఱ కతనినోట నసత్య
వాక్యమెన్నఁడును వినియుండలేదు. మీవంటివార లసత్యమాడుటకు
మాబోఁటుల మందఱము దురదృష్టవంతులమై యుండవలయును."
అనుచుఁ బెక్కువిధములఁ బాదపతితుఁడగుదూత బోధించిన మాటల
చేతఁ జోళరాజహృదయమును స్పష్టముగాఁ దెలిసికొని దూతచెప్పిన
పగిది తుంగభద్ర యొద్దునకుఁ బోయెను.

పిదపఁ జోళభూపతియు చిఱునవ్వుదొలఁకు మొగముతో మన్మ
థుని జయపతాకవలె నున్న తనకూఁతును వెంటఁబెట్టుకొని మహోత్స
వముతో నగరువెడలెను. చోళదేశ ప్రజలందఱు విక్రమాదిత్యునితోఁ
దమరాజు చుట్టఱికము చేయుచున్నాఁడని విని సాధ్వసరోగములు వదలి
సుఖముగాఁ దమయిండ్లఁ గాలము గడపిరి. అతఁడు వెడలినప్పుడు
వాయించిన భేరీధ్వనులచేత దిక్కులను గోడలు బీటలువారె. పైకివెడ
లిన ధూపరాగముచే సూర్యునకుఁ గొంతవడి దారితెలియక పోయెను
గాని ధ్వజపటలములచే జనించిన గాలి కొంతపఱకాపరాగము నెగుర

గొట్టుటఁజేసి కొంచెముగఁ దెలియుచుండెను. మఱియు నాధూళి నందనవనములోని పొదరిండ్లను మూయుటంజేసి యందు జేజేలంజెలు నిర్భయముగవ్యభిచరింప సాగిరి. పుష్పమకరందమున బూదిదపడుటచే, దుమ్మెదలా నందనవనమును వదలిపెట్టి యాకసమునఁబడినవో యనునట్లు చీఁకటి దిగంతములనుమూసివైచెను. గుఱ్ఱములదండు డెక్కలచే నెగుఱఁగొట్టిన ధూపరాగము జగమునందలి విషమస్థలములన్నియు సమములు గావించెను. ఇట్లు కొన్నిదినములు నిరంతరము గడచి యాపార్థివుఁడు తుంగభద్రాతటమునకు వచ్చెను. మతిమంతులు తలఁచిన పని చేయకుండ నిద్రింపరు. ముందువచ్చిన పరిజనులందఱుఁ జల్లని తేటనీరుగల తుంగభద్రనుజూచి యానందించిరి గాని వెనుకవచ్చినవారికిమాత్రము బురద తప్ప నీరు దొరకకపోయెను. అతని సేనాపరాగము దక్షిణసముద్రముతోఁ గొండెము చెప్పి తనయందలి ప్రేమను మాన్పించినదోయనఁ దుంగభద్ర ప్రతీపగతియై వెనుకకుమరలెను. మార్గమధ్యమందొక్క రాతిరి వంట చేసికొన్నచో విక్రమాదిత్యుఁ డుండుచోటునకుఁ బోఁదగినంతదూరమునఁ జోళరాజు సైన్యమంతయు నిలిచి క్రమముగా ముందువెనుకలవారందఱును గలియఁ బెద్దదయ్యెను. ఆ నదియుఁ జోళాంతఃపురముల స్నానకాలమునఁ దగులుకొనిన కర్పూరముచేఁ దెల్లఁబడి హిమవత్పర్వతమున నుండి వెడలిన గంగవలె నొప్పెను. నదికి దక్షిణతీరమందు నిలిచియున్న యాసైన్యమునుగాంచి కుంతలేంద్రుఁడు వేలకొలఁది రణయజ్ఞములందార్త్విజ్యముచేసిన తనబాహువును నమస్కరించి ముద్దుపెట్టుకొనియెను. ద్రవిడభూపతియుఁ గుతూహలముతోఁ గుంతలసైన్యమును గనుఁగొని యాపత్సముద్రములో మునిఁగిన తనరాజ్యమును కొమారితయను తెప్ప తేల్చెనని సంతోషించెను. తరువాత వారిరువు రొకరియొద్ద కొకరు పంపించుకొనిన యోగ్యపురుషులచేత మఱింత ప్రేమానురాగములు బలిసి తుదకు బృహస్పతికిని బుష్యమీనక్షత్రమునకుంబోలె సహజసంబంధము గలుపుకొనిరి.

"లక్ష్మీకాముకుండగు నీకుంతలక్షితిపాలకుమారుని దర్శనము నాపూర్వపుణ్యమువలనఁ గలిగిన" దనుచు నానందబాష్పములు జాఱఁ బాదములపైకొఱగుచున్న ద్రవిడనృపాలుని భయవినయసంభ్రమములతో వలదని వారించిన నతండును "కుమారా! వయసుతో నేమిప్రయోజనము? నీపాదపల్లవములు నాయౌదలఁ దాల్పఁదగినవే" యనుచుఁ గవుంగిలింపఁగఁ ద్రిభువనమల్లదేవకుమారుండును సంతసపడి తన యర్ధసింహాసనమునం గూర్చుండబెట్టుకొనినంతఁ జోళభూపాలుండు తన దంతకాంతులచే సభాసదులగు రాజుల కిరీటకాంతులను రెట్టించుచు నిట్లనియె, "ధైర్యమున కిల్లును, సద్భుతవేషలకు నిధానంబును, సాటిలేని కరుణారసంబున కాలవాలంబునునగు నిన్ను విధాత సృజించిన పరమాణువులు షోడశ మహారాజులను సృజింపఁగా నప్పుడప్పుడు మిగిలిన వని తలంచెదను. చాళుక్యగోత్రమున కలంకారమై * దూరాజులగు దూరాజుల బాహామదమును బాపిన ప్రతాపమునకు నీబాహువులే పుట్టినయిల్లన మితిలేని కీర్తిచంద్రికలను గాయుచున్నవి. మంచిగంధముకంటె శీతలములగు నీయవయవములు నామేను సోఁకినంతనే నాహృదయజ్వరమంతయు నుపశమించుచున్నది. ముల్లోకములకు భూషణమగు నాకొమార్తె నీది. విపులమగు నాసింహాసనమును నీయదియే. నేను నీవాఁడను. అస్మదీయపుత్రికారాజ్యములలో నొకటిఁగాని లేక రెండును గాని పరిగ్రహింపు" మనుచు దీపిబున్నయందలి సారస్యమును జిమ్ము వచనములతో ద్రవిడభూభర్త పలికిన పలుకులకుఁ జాళుక్యవిద్యాధరుండగు విక్రమాంకనృపాలుండును నఱవపుశమిరాచూలి కుటిలకుంతలములపైఁ బ్రసరింపఁజేయు క్రీఁగంటి చూపుతో నించుక చిఱునవ్వు నవ్వి యూరకుండెను.

ఇది పంచమసర్గము

---

* దూరాజులు = యుద్ధమునకు దూరమైనవారు. దుర్మార్గరాజులు.

షష్ఠసర్గము

★

చోళభూపాలుండును దనకుఁగల విభవము ననుసరించి విక్రమాంక భూపాలునకుం దనకొమార్తెను బెండ్లిచేసి పిదపఁ గష్టముగ నల్లుని యను మతి వడసి తనపురమునకు వెడలిపోవుచుండ మామగారి కల్లుండును దానార్జించితెచ్చిన విత్తమంతయుఁ గానుకగా నిచ్చి పంపెను. యశస్సు నందు రసికులగు గుణవంతులకు ద్రవ్యము గడ్డిపఱకయును గాదు. తన వచ్చిన కార్యము సఫలముఁ జేసికొని సంతసించుచుఁ బోయిన వెనుకఁ గుంతలరాజకుమారుండును నతని సుగుణసంపత్తిఁ దలపోయుచుఁ బ్రీతి పదమును సంతోషించుచుండెను. మహాత్ముల యంతఃకరణములు పూవుల కంటెను మృదుతరములైనవి. వెయ్యేల? శ్వశురుని సుగుణ ప్రస్తావన వచ్చినపుడెల్లఁ గడిమిపూచినట్లల్లుని కపోలములు పులకరించక యుండ లేదు. "మఱియు నూరికిఁబోకుండ నేల నివారింపకపోతిని. మరల నయ్యుత్తముని మూర్తి నాకన్నులంగవ కానంద మాపాదించునో యాపాదించదో" యని మాటిమాటికి నాలోచించుచుండెను. అతనియందలి గౌరవముచేఁ దత్పుత్రిక కేయంతఃపురకాంతకును దొల్లి నేమహారాజు వలనను లభించినట్లు వినని సౌభాగ్యము లభింపఁజేసెను. మహాత్ములకుఁ బ్రణయిజనముమీఁది యనుగ్రహము వారిసంబంధులమీఁదికిఁ గూడఁ బ్రాఁకుచుండును. ఇట్లుండి కొన్నాళ్ళకు మరల రణాభిలాషవొడమి దిగ్విజయోపార్జితమగుకీర్తి సంపాదింపనెంచుతఱి విధిహతకుని దురాగ్రహంబునంజేసి ద్రవిడభూపాలుఁడు పరలోకమునకేగెననువార్త హఠాత్తుగా వినెను. మృదువైనహృదయమును గుణములయందలి పక్షపాతంబును బాంధవ్యమందలి ప్రేమయు నారాజపుత్రుని హిమకరకరకాండపాండురంబులగు గండంబులం దశ్రుజలము పాఱునట్లుచేసినవి. పిదప వృద్ధామాత్య పురోహితాదుల పరామర్శవలనఁ గొంతకొంత దుఃఖముడిగి యరాజకమగు ద్రవిడదేశ మాపదలకుఁ బాలగు నని తలంచి సత్కుల ప్రసూతుఁడగు బావమఱఁదికిఁ బట్టాభిషేకము గావించుటకై వెడలి

వెంటవచ్చు వందలకొలంది యేనుఁగుల చేఁటచెవులనుండి వెడలు మంద వాయువులచేఁ జల్లనైన శత్రునృపాలుర కీర్తిసుధారసముచే నెడనెడ దప్పి తీర్చుకొనుచుఁ గాంచీపురముం బ్రవేశించునంతటిలో నచటి ప్రోయాంధ్రు జయడిండిమములువలె మొలనూలి చిఱుమువ్వలు మ్రోయఁ గన్బొమ విండ్లుసారించి నిశితకటాక్షశరపరంపరలనతనిపైఁ గుప్పగూర లుగ వర్షించిరి. మోదుగమొగ్గవంటి కావిమోవిగల యొకగుబ్బలాఁడి తననోటఁగల పోఁకచెక్క ముక్కను జిలుకనోటికందించుచుఁ గుంతల కుమారునివంకఁజూచి "చిలుకా! లెస్స ముద్దాడగలవా?" యని యడుగసాగెను. మఱియొక ముద్దరాలు పతనభీతియైనలేక తాడిపొడవుగల మేడమీఁది కెగఁబ్రాకి యెక్కసాగెను. మదనదేవుని పౌరుషమను మందు తలకెక్కినవారు మరణముఁగూడఁ దృణప్రాయముగాఁ దలంతురు. మఱియొకగయ్యాళి దగ్గఱనున్నవారితో లేనిపోని కోలాహలముపెంచి రాజు తన్నుఁజూచునట్లు చేసికొనె. తగిన యుపాయములు కనుఁగొనుటకై యాఁడు వాండ్రకుఁ బూవిల్తుఁడు మూఁడవకన్నుఁ బ్రసాదించుచుండును. మఱియొక విదుషీమణి శుద్ధమగుకాంతియు హృదయమునందు నివాసమును గల ముత్యాలహారము క్రొత్తగావచ్చి తన నివాసము నాక్రమించుకొనిన రాజపుత్రునిచేఁ ద్రోసివేయఁబడినదివోలెఁ గ్రిందఁబడుటఁజూచియు దానిని మరల స్వీకరింపకయే పరువెత్తెను. రాజులును స్త్రీలును నూతనప్రియులు గదా! ఇంకొకకామిని మన్మథుని లీలావతంస పల్లవమును బోలు బొమ్మ మీఁది నఖక్షతమును వెల్లడిచేయుచు "నేను సురతావరము గలదానను. సురతబాధ మిగుల సహింపఁగలదాన" నను నభిప్రాయమును తెలియఁ బఱచెను. ఒకకాంత చెవినుండి మఱియొకకాంతబుజముపై జాఱిపడియున్న కుండలము గళమునుండి జాఱిన చక్కెరవిల్తుని చేతిగుదుసువాలువలెఁ బ్రకాశించెను.

ఈప్రకారముగా వేలకొలంది వెలందిమంది యొడలెఱుంగని విక్రృతచేష్టలుఁ బాల్పడి చాలతొందరగ వచ్చి చూచియుఁ దుదకుఁ ఖేదవులందుఁ

గోపస్ఫురితంబులును గిరిఁగంటిచూపులయందుఁ గిలికించితవిశాలంబులును దొరల మరలి పోవుగతిఁ గాంచీపురవీధులలంకరించి యొక బంగరుమేడ లోని రతనంపుటరుఁగులమీఁదఁ గొలువుఁదీర్చిన విక్రమాంకభూపాలుఁ డందఱిచేతను బంగారుకొండ శిఖరముమీఁద నున్న సూర్యభగవానులను స్మరింపఁజేసెను. తరువాతఁ గొన్ని దినంబు లందు నివసించి యటనుండి కదలి ద్రవిడభూపాలుని ప్రతాపమునకు భీతిల్లి పారావారము దూరముగా నోరసిరిపోవ నందుండి యిందిరాసుందరి చిన్ననాఁటిమందిరము బయలు పడెనో యనునట్లున్న గాంగకుండనగరముం గాంచి యాకసమునంటియున్న కనకప్రాకారములకు నడుమ సువర్ణశైల మధ్యస్థంబగు సురపురము చెలువు నిరాకరించుచున్న కోటలోనికిం బోయి రాజోపప్లవముచే ముట్టడించియున్న శత్రురాజ్యసైన్యముల నన్నిటిం జెదాచెదలుగావించి బావమఱఁదినిఁ బిత్ర్యమగు రాజ్యమునకుఁ బట్టాభిషిక్తునిఁగావించి యందుం ద్రవిడాంగనాన యనచులుక పీయమానశరీరకాంతి యగుచు నెలదినములుమాత్రముండి తనరాకకై తరంగకైతవంబునం బరమేశ్వరునకు వేలకొలందిమ్రొక్కులు మ్రొక్కుచున్న తుంగభద్రను గారవించుటకై చనుదెంచెను.

పట్టాభిషిక్తుఁడైన కొలఁదిదినములలోనే చోళభూపాల కుమారుఁడు మంత్రులతో విరోధపడుటంజేసి వేఁగినాథుఁడగు రాజిగాభిధానుఁడు చోళ రాజ్యమును హరించెను. మఱియుఁ గుటిలమతియై విక్రమాంకదేవునివలనఁ దనకుఁ బరాభవము వచ్చునేమో యని జడియుచున్న సోమదేవునితో సంధి కావించి వశపఱచుకొనెను. దగ్గఱనున్న సైనికుఁచేతులయందల్లాడు కత్తులు తగులునను భయముచేతంబోలె రాజ్యలక్ష్మి ప్రతాపవంతులగు రాజులయొద్ద నిలుచుటకే వెనుదీయుచుండఁ బ్రమాదముల పాలగుచుండు రాజులయొద్ద నెట్లు కాలూఁది నిలువఁగలదు? అనిర్వాచ్యమగు పాపపరి పాకమునం జెడురాజులకు వాడముచుండు దుర్బుద్ధులచేతనే సముద్రములోఁ గొండదెబ్బతగిలిన యోడవలె రాజ్యలక్ష్మి నశించుచుండును. నిరంకుశ మగు కలియుగమునందుఁగూడ నవినయపథవర్తులగు రాజులను యుద్ధము

లందు మేము తప్పక వంచింతుమని శస్త్రదేవతలకొక వ్రతము గలద దిక్కుమాలిన పుడమి ఱేండ్లాలోచింపక వదలిపోవుచున్న రాజ్యశ్రీవల మతి మఱింతచెడి బాహుమదమున వ్యర్థముగా పరప్రతాపదీపమునకు శలభమగుచున్నారు. కటకటా! యీచెడుగు రాచఱికము దుర్వ్యసనచింతచేఁ బ్రపంచమంతయు శూన్యముగాఁ దలపోయును గాని గడెసేపైనను బరలోకచింతచేఁ బ్రపంచము శూన్యముగాఁ దలపోయదు. గుండ్రని పాలరాతిపై దైవబుద్ధికలవారు తెలివిమాలినవారని నిందించుచుఁ ద్రినయనలింగమునుగూడ నిరసించు పాపిష్ఠరాజులకు సంపదయెట్లు నిలుచును. సర్వదా పడుచుగుబ్బెతల నడుమఁ దిరుగువాఁడు పురుషవ్రతము గాపాడుకోలేని పగిది దుర్మంత్రిసేవితుండగు రా జెన్నఁడును నీతిమార్గమును సంరక్షించుకోఁజాలఁడు. రక్తపంకిలములగు యుద్ధభూములందు రాజులతో వ్యభిచరింప నభిసారికయగు రాజలక్ష్మి హృదయమందు నిలుపుకొన్నవారి హృదయముల నేల పంకిలములు చేయకుండును? సంపదవచ్చినతోడనే రాజులకు గుణవంతులందు దుర్మార్గులనియు, మిత్రులయందు శత్రువులనియు, శత్రువులయందు మిత్రులనియు విపరీతబుద్ధి పుట్టించుచుండును. ఒకకుటుంబమందనేకులు జన్మించినను వారయందొక్కనికే దైవలిఖితమగుటచే రాజయోగము కలుగుచుండునని యెఱుంగక రాజ్యాశచే తెలివిమాలినరాజులు కుటుంబకలహములచేఁ గులము నశింపజేసికొందురు. చోళపుత్రవిరోధియగు రాజిగునితోఁగలియుట, కన్నయని భయభక్తులతో గారవించుచుండుటయే తప్ప సోమదేవునకు విక్రమాంకభూపాలుఁడు గావించిన యుపకారమేదియో తెలియఁజాలము. నీతిమాలిన రాజిగుని జంపుటకై తమ్ముఁడు ప్రయాణమైపోవ వెనుక బలమంతయు సమకూర్చుకొని యన్నయగు సోమపేవుఁడు కిరాతులగు నరాతులకుఁ దోడుపడుటకై చనియెను. గండస్థలములనుండి యెడతెగక పాఱు మదపంకమునం జనించిన తామరాకువలెనున్న చెవులపైతుమ్మెదగుంపులు మీఁది నల్లగొడుగుల వడుపునఁ బ్రకాశింపఁ బరువెత్తుచు, వప్రక్రీడలయందలి దంతాఘాతములచేఁ గులగిరులకు సైతము నెలయేర్లను నెపమునఁ గన్నీరుకాల్వలు గట్టించుచుఁ, గలకలమును శోభ

దంతములయందే యుండవలయు నను తలంపునం బోలె సరోవరముల యందలి తమ్మిపూవులను దలఁచుకోదగినవానిఁగాఁ జేయుచు, శ్రవణా నందముగ జుమ్మని గాన మొనరించుచు, నలసిన చంచరీకాంగనలకుం గర చాలితంబులగు తరుప్రసూనంబులచేఁ దావిగుబుల్కొనఁజేసిన మహో దకమునం దప్పితీర్చుచుఁ, గొండలఁబోలు దండిమేనుల బలువునంజేసి యడుగడుగునవ్రక్కలగు భూదేవత నుపలాలించు పగిది సవిలాసంబుగఁ గన్మూతలతోఁ దొండము లట్టిటుత్రిప్పుచుఁ గొండలవలె మేఘమండలముం దాఁకుచుఁ గన్నులపండువొనరించు నేనికతండంబులతోడను, వజ్రికరినం బులైన యినుపపట్టాలతో నున్నని రాజమార్గముల యందుంబోలె నంప తునుకలుపీనుఁగు మొండెములు మున్నగువానిచే నెగుడుదిగుడగు యుద్ధ భూమియందుఁ గూడ బరుగిడఁ జాలు నరదంబులతోడను, గమనవేగం బున జయింపఁబడియు సిగ్గు లేక వాయుదేవుఁడు వీవనవలెనల్లాడు వాలము లాశ్రయింప మణిమయంబులగు పల్లములయందు సూర్యబింబము ప్రతి ఫలించుటంజేసి తనయరదము లాగుటకుం దగిన వగునో కావో యని యతనిచేఁ బరీక్షింపఁబడుచున్నవో యను నట్లున్నవియు, మేము పరుగెత్తు టకుఁ దగినభూమి సృజింపకపోయితివేల యనిబ్రహ్మనడుగఁబోవుచున్నట్లు ఖురపుటము లెత్తి యాకాశాభిముఖము లగుచున్నవియునై బంగారుటంగు వాఱులతో నధిష్ఠించి యున్న రౌతులతో లెక్కింప నలవికాక బారుగట్టి నడచుగుఱ్ఱములతోడను, దళ తళలాడించు కత్తుల నీలిరంగుచే నాకాశము నింద్రనీలమణిమయంబుగాఁ జేయుచున్న పదాతులతోడను గదలి పర భయంకరంబుగ ద్రవిడసేనం గలసికొని చిరకాలమునకు శత్రువుల కప కారము చేయుట తటస్థించెఁ గదా యని రాజిగుఁ డనువాని సేనమీదికి గలియునంతలో గ్రహగ్రస్తుఁడుఁబోలెఁబోరికాయితంబగు సేనతో నెదురు వడిన యన్నయగు సోమదేవుఁజూచి విక్రమాంకనృపాలుఁడు మనస్సులో నేమేమో యాలోచించుకొని "యహహా! విధిహతకుఁడనర్థబీజములను జల్లి విరోధమను బోదెలగుండ నవినయమను నీరుఁ బ్రవహింపఁజేసి దుష్కీర్తి యనుసస్యమును బండింపఁ దలఁచుకొన్నాఁడు. నాయన్న దురాత్మ

గ్ధుఁడై పరిపంథితోఁ గలసి పోరికి వచ్చినాఁడు. ఇతనిని బాణములతోఁ బరామర్శింపకుండ నెట్లునివారింపఁ గలను. తండ్రిమాటఁగూడ వినక కుంతలరాజ్య మితనికే పట్టము గట్టితిని గదా! నేఁ డెట్లు వీనిని బీడింపఁ గలను? నాకు గొప్ప యనర్థము తటస్థించినది. జ్ఞాతివధ చేయుటకుఁ జేతులాడక లేచిపోయితినేని దుష్టప్రజలందఱు నాయందు గొప్ప దుర్యశ మారోపించి సంతోషింతురు" అని తలపోసికొని నిష్కళంకమగుచిత్త ముతో నన్నయొద్దకుఁబోయి కొన్ని యనునయ వాక్యములు ప్రయోగించెను. ఎన్నియొట్లు పెట్టుకొనినను కులపాంసనుఁ డగు సోమదేవుఁడు తన యుద్యోగమును మానక తమ్మునితో యుద్ధము చేయుటకే ప్రయత్నించెను. "ఛీ! కుటిలబుద్ధిగలవారి మలినచరిత్రమునకు నింద యగుఁగాక! యశస్సును బాడుచేయు నీపని నాకేలతటస్థించినది! స్వర్గమునకుఁ బోయి తండ్రితో నేమనిచెప్పుదును." అని విచారించుచుఁ గొంచెము మాఁగన్ను వెట్ట స్వప్నమునందుఁ జంద్రమౌళి ప్రత్యక్షమై "వత్సా! నీవు దేవకార్యమునకై నాచేసృజింపఁబడితివి. నీవు మిగుల సుగుణరాశివి. ధైర్యశాలివి. మనస్సును సంశయడోలికపై నేల యూచెదవు? నీయన్నకు నూవుగింజ యంతయైనను నదృష్టరేఖలేదు. పాపాత్ములకుఁ బూర్వజన్మమునఁ జేసికొనినపుణ్యము కొంచెమున్న నదియు నశించును. నేఁడు యుద్ధమున నీ యన్నను జయించుట లోకము నంతను సంతోషపఱచుటయే. సంశయింపకుము, విక్లబుఁడవుము; విరోధిని సంహరింపుము; నీవు దుష్టశిక్షణము కొఱకే జన్మించితి వనుమాట మఱచితివా యేమి?" అని గిరితనయాదయితుఁడు పలికినపలుకులు విని కన్నుదెఱచి మహాదేవునిమాట కడుగుదాఁటరాదని యుద్ధము చేయుటకే నిశ్చయించెను. రెండువైపులనుండి సమస్తాయుధములతోఁ బోరికై పురికొనుచున్న రెండుతెగలను జూచి పులకరించుచున్న రెండుచేతులతోడను వీరమృదంగమువంటి ధ్వని గల యావిక్రమాంకభూపాలుఁడు మందరపర్వతమువంటి మత్తగజము నెక్కి శత్రుసైన్యసముద్రమును మథింపసాగెను. అహమహమికచే వచ్చుచున్న యా రెండుసేనలతోడను వీరాజపుత్రునిసేన గూడ

నదీప్రవాహముల కభిముఖముగాఁ బోయిన సముద్రోదకము వలెఁ గలసికొనియెను. అప్పుడు ముత్యాలహారముతో నలంకరింపఁబడిన యేనుఁగు మూఁపున గూర్చుండియున్న కుంతలేంద్ర కుమారుఁడునోటఁ బామును గఱచుకొని యెగురుచున్న గరుత్మంతునివలెఁ గనఁబడియెను. ఆ మహాసంకులయుద్ధమునఁ జేఁపజెండాలు తెగి రక్తనదులఁ యందుఁ బడి తిరుగుచు దేవతాకాంతల నేత్రములకు నిజమైనచేఁప లనుబుద్ధినిఁ గలుగఁ జేసినవి. నెత్తురు బురదచేత రణభూమియంతయు నడువవీలులేని దగుటఁ జేసి భటులందఱు దేవతాకాంతలకిష్టమైన యాకాశగమనమునే నిరాలంబముగా గావించిరి. ఒక మావటీఁడు మఱియొక మావటీని కత్తిదెబ్బచే మూర్ఛిల్లి తన యేనుఁగుచెవుల గాలిచేఁ గొంత సేపటికిఁ దెప్పిరిలునంతలో నింకొకభటునిచేఁ దన్నుఁ గొట్టినవాఁడు చచ్చుటచే వైరశుద్ధి గామికి మిగులఁ జింతించుచుండె. ఒకవీరుఁడు తన కావించిన దాయనెత్తిమీఁది చూడామణీమార్గము కన్నులలోఁబడ శత్రుగజదంతాఘాతముచే రొమ్మునుండి కాఱు రక్తము దోసిళ్ళఁ బట్టి కడుగుకొనుచుండెను. మఱియొక భటుఁడు తనచేతిలోని కత్తిఁ బగవాఁడు విఱుఁగ నఱక సాహసమున వానిచేతిలోని కత్తిచేతనే వానిం జంపెను. తనప్రాణములు పోవుచున్నపుడు గూడఁ గాలితోఁ బగవానితలఁ దన్ని యొక జోదు తనజన్మము సార్థకమని తలఁచుకొనియెను. పరాక్రమవంతులకుఁ గీర్తియందె యాదరము గాని మృత్పిండమగు శరీరమునం దుండదు. ఒకయోధు దాయయొదలి కవచము పగిలిపోవుటఁజూచి తన కవచముగూడ వదలి యుద్ధము చేసెను. నిర్మలమగు విజయముఁ గోరువారు కించిత్తయిన నధర్మమార్గమునఁ బోరు. నెత్తురుచే నిండియున్న పగిలిన కుంభస్థలముపైఁ గర్ణానిలమును జిమ్ముచున్న యొకయేనుఁగు మృత్యుదేవతకొఱకు గిన్నెలోని వేఁడిమద్యమును జల్లార్చు చున్నట్లుండెను. ఇంకొకదంతి కత్తిచేఁ జెవి తెగి కుంభస్థలము మీఁదఁ బడి యుండఁ గృతాంతునిపానపాత్ర మూకుచే మూయుచున్నట్లు కనఁబడెను. ఇట్లా యుద్ధప్రబంధము సర్గసమాప్తిలేకుండ విక్రమాంకనృపాలుఁడు శత్రువిజయమునకై తనయెక్కిన దంతావళము

హెచ్చరింప క్షణము రాజిగుని సేనమీఁదికిని క్షణ మగ్రజుని సేనమీఁదికిని బఱపుచు శత్రుబలములయందు యుద్ధముచేయఁ దగినవారినెల్ల నుగ్గు చేసెను. అతని గజమును, గపాలములను, గాలితోఁ దన్ని బోరగిలఁ బడఁజేయుచుఁ బిశాచాంగనలకుఁ గల రక్తపానోత్సాహమును బోఁగొట్టు చుండెను. వలపు గ్రమ్మ తమ్మిమొగ్గయందుఁ గాఁపురముచేయు లక్ష్మి నిజముగా నీకుంతలేంద్రకుమారుని హస్తాంబుజము నాశ్రయింపఁ జేతి లోని కత్తి తుమ్మెదపంక్తివంటి శోభనువహించెను. విఱిఁగిపోయిన కరిదంతములతోడను రక్తపూరముతోడను నిండిన కపాలములతోఁ గూడి యున్న యుద్ధభూమి యమభటులకొఱకై నంజుకొనుటకు ముల్లంగిదుంప లతోఁ గూడ నాసవము గిన్నెల నిండ వడ్డించిన భోజనాగారమువలె నుండెను. బాణములను కటాక్షములు పఱపి రాజిగసోమదేవుల నిరువురను వశపఱచుకొనిన వీరలక్ష్మిని యుద్ధరంగమం దాడించుచున్న వీరనటుం డగు విక్రమాంకభూపాలుని యంపగములచేఁ దలలు నఱకఁ బడిన యోధులు నమస్కరించుచున్నవారివలె నభిముఖముగా నొరఁగఁ జొచ్చిరి. ఇతని దంతావళముకూడ రణతటాకమునందలి శత్రుసేనాముఖ పద్మములు పెకలించి యారణతటాకమునే జయలక్ష్మి చేతిలోని తామర మొగ్గను గావించెను. ఒకమూల యోధవరుల కంకాళకంబులును, మఱొక్కప్రక్క నేనుఁగుల యెమ్ముప్రోవులును, నింకొకవైపున రక్తప్రవాహంబులును, వేఱొక చక్కని మెదడుముద్దలును గల పోరినేల యముఁ డాహారము గుడిచిన యంటువిస్తరివలె వేలకొలఁది నక్కలచే నాకఁబడుచుండెను. ఇట్లు సంకుల యుద్ధముగావించి దళమంతయు నిర్మూలముఁ జేసిన రాజ కుమారునకు జడిసి రాజిగుఁడు పాఱిపోయెను. సోమదేవుఁడు మాత్రము కారాగారమున నుంచఁ బడెను. ఇరువురు రాజ్యలక్ష్ములును నతని పాద మూలము నాశ్రయించినవి. ముల్లోకంబులవారిచేఁ గొనియాడఁబడుచున్న భుజబలము ద్రవ్యము మహత్త్వమునుగలవారి కసాధ్యమగు కార్యముండ డుగదా! పిదప సమరదేవతల నర్చించి కవచము విప్పి యుభయరాజ్య శ్రీలతోడను జేగీయమానవిభవముతోఁ దుంగభద్రాతీరమునకు విచ్చేసి

యన్నకై జాలివడి కొంతతడ వాలోచించి మరలఁ దనరాజ్య మన్న చేతనే యేలింపఁదలఁచెనుగాని ''రాజపుత్రి ! నీవు తప్పఁదలఁచుచున్నావుసుమీ'' అని కోపముగా నశరీరవాగ్రూపముగాఁ జంద్రశేఖరునిచే నిషేధింపఁబడు టంజేసి యాతలంపు మానెను. అంతట రాజపుత్రభవిష్యత్పట్టాభిషేకమహోత్సవమునకై తుంగభద్రానది పద్మముఖంబుల రాజహంసశంఖంబు లూఁదుచు లగ్నసమయము సరిగాఁ దెలియుటకై ప్రతిబింబితార్కబింబ మను గడియారము బాగుచేయసాగెను. వాయువులు నిర్మలంబులై మంద మందముగా వీవసాగెను. దిక్కులన్నియు నవ్వుచున్నవో యన విశదము లయ్యెను. లోకుల డెందము లన్నియు సంతసమున నుప్పొంగసాగెను. దుందుభులు మ్రోగిన గతిఁ గరిబృంహితములును, శంఖములూఁదిన వడువునఁ దురగహేషారవంబులును జెలరేఁగసాగినవి. పృథివికిఁ దగిన మగఁడు దొరకెఁగదాయని చాలుక్యరాజ్య లక్ష్మియుఁ జిరకాలమునుండి తనకుఁ దగులుచున్న చింతాజ్వరమును బాపుకొనియె. తరువాత నొక శుభ ముహూర్తంబునఁ బుణ్యాంగనలు సేసలు చల్ల వృద్ధభూసురు లాశీర్వదింప ననేకసామంతమంత్రిపురోహిత పురస్సరంబుగా శ్రీవిక్రమాంకనృపాలుఁడు కుంతలరాజ్యసింహాసనమునం బట్టాభిషిక్తుఁడై యా లగ్నమునందే తన తమ్మునకు యౌవరాజ్యపట్టాభిషేకముఁ గావించి విక్రమధన క్రీతయగు సంపద దాసివలె నింటిపనులన్నియు నెఱవేర్ప నాశ్రితపోషణము గావించుచు నిర్విరోధముగ నిరీతిగఁ బ్రజలను బరిపాలించుచుండెను.

ఇది షష్ఠసర్గము

సప్తమసర్గము

*

రిపుమారకుఁడయిన విక్రమాంకదేవనృపాలుఁ డీపగిదిఁ గోరిక లన్నియు నెఱవేర్చుకొని మరల నొకసారి యుద్ధకుతూహలియై దిగంత ములయందు దిగ్గజములనమాత్రము మిగిల్చి క్రిమ్మఱఁ జోళరాజు

ప్రతాపమార్పి క్రమముగఁ గల్యాణపురముం బ్రవేశించిన గొన్నాళ్ళకుఁ జెఱకువిల్కాని పూవుటమ్ములకుఁ జెలియు దీవపూవుంబోఁడుల నాడించు సూత్రధారుండును గోకిలాపంచమస్వరంబుల కుపదేష్టయు శృంగార రసంబునకుఁ జుట్టంబు నగు వసంతుం డుద్యానవనంబులనెల్ల నిగురింపం జేయఁ జందనాద్రియుఁ జలికాలంబునఁ జలికై భయంపడి తన గుహాల యందు డాఁగియున్న వాయువులను మెల్లమెల్లన వెడలింపసాగెను. వాయువులును దమకు శత్రువులగు పాములకుఁ జోటిచ్చినదను కోపము నంబోలె మలయపర్వతమును వదలసాగినవి. సూర్యుఁడును జిరకాలము నుండి తనరథము లాగుచున్న గుఱ్ఱములను మార్చి మంచివానిం గైకొను తలంపునంబోలె గుఱ్ఱముల కుత్పత్తిస్థానంబగు నుత్తరదిక్కునకుఁ బ్రయాణమాయెను. దూరమనక దవ్వనక సర్వత్ర సేవఁజేయుచు నను చరములైయున్న కేరళమారుతములకు వసంతుని యందలి భక్తి యిట్టి దని నుతింప నలవిగాకుండెను. "చెలీ! నీవుపోయి మలయపర్వతము నందలి గుహాగృహద్వారంబులకు గుండ్రాతితలుపులు బిగించి వియోగ వతుల నేడిపించు మలయమారుతములకుఁ గారాగారనివాసము ఘటింపఁ జేయుము. సఖీ! నీవు కోపముఁదెచ్చుకొని యనరాని మాటలని దక్షిణ వాయువులనుదిట్టుము. నీ నిట్టూర్పువాయువులచేఁ గొంత మాంద్యము వదలి వెచ్చదనమయినఁ గలుగును. అతివా! నీవు చందనగిరియందుఁ గాఁపురముఁజేసి కిరాతులతో 'గాలికి వాహనమగు లేడిని జంపుఁ'డని చెప్పినదానిచే వీనియాత్ర మూలఁబడును. కాని సురతాంతముల యందుఁ దమ వెలందుల చన్గవలమీఁది చెమ్మట మమ్మరమతంచి మహోపకారముఁ గావించుచున్న వాతపోతముల యెడల నాకిరాతులట్టి కిరాతవృత్తి నవలంబింపరు మనదైన్యము మాత్రము వెల్లడియగును. కోమలీ! యీ మంచిగందపుఁ దెమ్మెరలకున్న దురాగ్రహమేమోకాని వసంతర్తువుం దప్పఁ దక్కిన ఋతువుల నాశ్రయింపవుగదా. పుష్యమాసములోని రాత్రికిఁ జంద్రోదయము తోడుపడినట్లు దానిచే మనకు మఱింత దుస్సహ ములగుచున్నవి. సఖియా! ఇది విరహవతుల పాపమో లేక దక్షిణ

మారుతము మేధావిశేషమో కాని యెన్నఁడైన దిగ్భ్రమచేతనైన నీవాయువు మలయపర్వతము దారితప్పదుగదా" అని గుమగుమ పరిమళించు లేఁతవాయువుల ఢాకకాఁగలేక భూగర్భములయందు డాఁగి మగల కొఱకు విలపించుచున్న కామినులు ప్రేలసాగిరి.

మన్మథదేవుని విమానంబులై శృంగారరసరాజము ననుగ్రహమాలలై యామని కితరఋతువులకంటె నాధిక్యముసూచించు దోలావిలాసములు కుప్పగూరలై వర్ధిల్లినవి. ఉయ్యాల లూఁగు భాగ్యవతుల పిఱుఁదుల బలువున కాయుయ్యాల త్రాళ్ళుతెగకుండుట చెఱకువిల్కాని యదృష్టమని చెప్పవలయును. విశాలములగు కాంతల నితంబబింబములచే నిరవకాశంబులగు నుయ్యాలపీటలయం దేమూలనో చాపతూణీరశరంబులతోఁగూడ ముడుఁచుకొని డాఁగియున్న పూవింటివజీరు దోలావిలాసములు చూడవచ్చిన పడుచువాండ్రపై గురియైన సరిగాఁ జూడక యంప వానలు గురియుచుండ మింటినడుమదాఁక జడియక యూఁగుచున్న కొమిరప్రాయపుగుబ్బలాఁడులు నభఃప్రాంగణవిహారముసల్పు వేల్పుటాండ్ర పొలుపుఁ దెలుపసాగిరి. వెయ్యేల, యుయ్యాలలూఁగు తియ్యఁబోఁడుల యొయ్యారంబు చక్కనయ్య చక్కని కవియైనచో వర్ణింపఁగలడు. అంగనల డోలావిహారంబులును వెల్లివిఱిసిన మల్లిపూవులును లవంగవాయువులును, జగములన్నియు మోహపఱపఁజాలు కుసుమాయుధుని పరికరములలో ముఖ్యపరికరములు. గాలిచేఁ గట్టుపుట్టంబులల్లాడఁ గాళ్లసాచి యుయ్యాల లూఁగుచున్న యెలనాఁగల నెదుటినుండి చూచుచున్న పడుచువాండ్రభాగ్యమే భాగ్యము. నితంబజాడ్యములు వదల దోలాప్రేంకణముఁ గావించిన యువిదల పరిశ్రమము నిరాయాసముగ మగనేఁత సేయుటయం దుపయోగించెను. స్త్రీలకుచముల నడుమ బడి నలిఁగియు నెట్టకేలకు వారినిట్టూర్పువాయువులచేఁ బొట్టపోసికొని మరల బ్రతికి స్వామికార్యము నెఱవేర్చిన మలయవాయువులును గల్లుగల్లనమ్రోగు గజ్జెలమ్రోతతో నుయ్యాలలునిండించి స్వామి రాజధానిని మంగళవాద్య

పూరితముఁగావించిన వసంతుండును మదనుని సేవకులయందు మిగుల నెన్నికఁగాంచఁ దగినవారు. మొగములు ముద్దుఁబెట్టుకొనియు బట్టలు లాగియు నితంబఫలకములయందు విశ్రమించియు నిట్లు పలువిధములఁ బలుగుతనముఁ జూపించిన కేరళ మారుతము మాత్రము దూఱఁదగినది. ఉద్యానములయందు దోలావిలాసముఁ జూపించు లీలావతు "లుయ్యాలో దంపాలో" యని పాడు పాటలాలించుట చేతనే కోకిలాంగనలు వసంత ఋతువునందు మాత్ర మంత మధురముగాఁ బాడనేర్చినవి. రెండుచేతుల నుయ్యాలత్రాళ్ళు గట్టిగ బట్టుకొని దూరముగ నూఁగుచున్న యన్ను మిన్నలకుఁ బిఱుఁదులనుండి కట్టుపుట్టంబులు జాఱిపోకుండఁ బట్టుకొనుటకు వీలులేకుంటచేతనే మన్మధుండు మఱింత పొగరుకొనెను. వసంతుఁడు వియోగినుల కొఱకై తెప్పించిన చిగిరించిన తీవగుంపులను యమపాశములు మెడలకుఁ దగుల్చకమున్న వారి ప్రియులే వేగముగ వచ్చి తమబాహుపాశములు తగుల్పసాగిరి. మలయ వాయువులు చొరరాని గర్భగృహములయందు నివసించుటయుఁ జిగురాకువీవనలు విసరుకొనుటయుఁ దప్ప వియోగవతులకు మూర్ఛారోగము సోఁకకుండఁజేయుట కుపాయములు లేకపోయెను. కోయిల పల్కులు విని యాపగిదిఁగూయు పెంపుడుచిలుకలనుగూడ విరహిణు లావలకుఁ దోలింపసాగిరి. ఒక్కొకకాలమందు సుగుణములుగూడ దుర్గుణములై పోవునుగదా! గుములుగట్టి వెలుపల జుమ్మని రొదచేయు తుమ్మెదలవలన మంచు సర్వమంగళమైనదను మాటవినినవోయనఁ బంకమునుండి వెడలిన పద్మముకుళంబులు రెండేండ్లు వయసు గల బాలికల ముద్దుమొగములతో బురణింపసాగె. ఉపవనస్థలియను ప్రోయాలికి జనించిన వసంతుఁడను బాలునకు నూతనముగ దంతములు మొలచినగతి వాసంతికాకుట్మలములు మొలవసాగినవి, దక్షిణమారుతముచేఁ బ్రతిక్షణముఁ దన విశ్వాసమును బరిమళింపఁ జేసికొనుచు వనలక్ష్మి ప్రసూనస్మిత సుందరంబగు ముగ్ధవసంతుని ముఖారవిందమును ముద్దుపెట్టుకొనసాగెను. నేలరాలిన పుష్పపరాగముమీఁది తుమ్మెదకాలి

గీఁతలు వసంతబాలకుని జదివించు బడిపంతులు బూడిదపైవ్రాసిన వర వడివలెఁ బ్రకాశించెను. పువుపుప్పొడి తిప్పలపై దొరలుచుఁ జెల్లెక్కుచు లతాపురంధ్రుల ప్రసూనాంశుకములలాగుచుఁ బ్రవాళాధరంబులానుచు ముకుళస్తనంబులు నలఁపుచు మత్తభ్రమరవైతాళికులు సన్నుతింపఁ బలువిధంబులఁబంచబాణసామ్రాజ్య మనుభవించుచు లవంగవాయు వొకబుజమును పికపంచమస్వర మొకబుజమును బ్రతిపదమున మలయా నిలముచేఁ బ్రోగుచేయఁబడుచున్న పువ్వులు తల్పములును గాఁగఁ దరుణ వసంతుఁడు వనక్రీడఁ గావింపసాగెను. హిమవ్యపాయము వలని వెట్ట సహింపఁజాలని మలయగిరికి శీతలోపచారముఁగావించు చందనపల్లవ వ్యజన నిర్గతంబులగు వాతాంకూరంబులతోఁగలసి కేరళవాయువులు మనస్వి నులగు కామినుల మనంబులనుండి తొలఁగిపోయిన గానవిద్యను జీవగ్రాహ ముగా గ్రహించుటకుంబోలె దిగంతము లన్నియుఁ బరిభ్రమింపసాగెను. కోకిలాపంచమస్వరంబుల కదృష్టవశంబునఁ బ్రతిష్ఠవచ్చినదేకాని యది పూవిల్కానికిఁ జేయు సాహాయ్యమును విరహిణీ కంఠములయందలి లీలాకలపంచమనాదమేకావించెను. మన్మథమహారాజు నెదుర్కొనువేళ వసంతసామంతనృపాలకుండు సేవకులకొఱకై చల్లు సువర్ణఖండముల వలెఁ బ్రతిపదంబునఁ జంపకపుష్పంబులు రాలఁజొచ్చెను. చూతమంజ రుల నడుమంబడి పువుమొగ్గలాఘ్రాణించు తుమ్మెవల కంగనామధ్య స్థితులకుంబోలె నొక్కనిమేషమేనిఁ గాలునిలువకపోయె. పూదేనెఁ ద్రావుటకై వ్రాలిన తుమ్మెదలచే నంకితములగు నూతనవాసంతికాకుసుమంబులకు మంగళశంఖాకారంబు తటస్థించెను. ఎలనాఁగల పుక్కిలింత లాసించు పొగడచెట్లనుజూచి పాదప్రహారముల కాసపడు నశోకవృక్షము తన యల్పవ్యసనమునకు సిగ్గుపడెను. అవిరళంబుగ మ్రోయు భ్రమరవలయం బులచేఁ గైసేయఁబడిన లేమావిగుంపు కౌఁగిలింతలచే మిత్రుఁడగు మద నుని సంభావించి పికపంచమనాదమిషంబునఁ గుశలమడుగుచున్న యామని గోమునకు సాటిలేకుండెను. కేళీవనంబులయందలి వికసత్కుసుమభరి తంబులగు చంపకవృక్షములబారులు ప్రాణత్యాగమునకై నిశ్చయించు

కాని వియోగవతులు విసర్జించిన బంగారుగంటల యొడ్డాణములవలె నుండెను. కాము నానతి దక్షిణమారుతము విరహిజనుల శిక్షించుటకై మోహగ్రహవ్యూహములను సంపాదించి తీవకొరడాలు జలిపించుచు జాగ్రత్తగా నుండెను. మదనభూపాలుండును బుంఖానుపుంఖముగాఁ బుష్పబాణముల వర్షించుచు పాదపయోధులతోఁగూడ వసంతుఁడను మత్తగజము నెక్కి వియోగినులపై వాడిపెదలి యెడనెడ మధుమాస మర్పించు విచిత్రకుసుమ బాణములచే నిండిన యమ్ములపొది బరు వధిజ్యధన్వుఁడయ్యును దగ్గించు కొనలేకపోయెను. వరిగింజలచేఁ బలువరుస లతిస్వచ్ఛముగఁ దోము కొనుచున్న శృంగారవతుల దంతకాంతులచేఁ గడుగఁబడుటచేతంబోలెఁ జంద్రకిరణంబులకు మెఱుఁగువచ్చె. "ఓవసంతుఁడా ! నీవు మన్మథునకు స్నేహితుఁడవేని వాఁ డనంగుఁడైనప్పుడు నీవేల కాలేదు. నీయంతర్గతాభిప్రాయము మేమెఱుంగుదుము. చెలికారమను నెపమున వియోగవతులఁ జంపుటకై వచ్చితివి. కాదుకాదు, విరహవతులను బాధించుటకు దీక్ష వహించిన మహాపాతకివగు నిన్ను ముక్కంటి కంటినెగయును స్పృశింపక పోయెను. అదియును ప్రియఖండితలమగు మా దురదృష్టమే. హర ఫాలాగ్నికి మిత్రు నప్పగించి పాఱిపోయిన వాఁడవు నీకు మైత్రి యెక్కడిది ! చండాలుఁడా ! నేఁడు నీవాయనంగుని యెదుట సిగ్గు లేక యేల నిలువఁబడితివిరా ! మహాపాపాత్ముఁడవగు నీతోడి సావాసమునకు ఫలమీజన్మమునందే కోకిలలకు ఫలించినది. కాదేని సగము కాలిన బొగ్గువంటి స్వరూపమేలవచ్చును ? నీయందలి దోషమెఱింగియు మదనుఁడు మరల నిన్నుఁ జేరఁదీయుటకు స్త్రీవధఁ జేయుటకు సిద్ధపడుట నీవంటి మహాపాతకి యింకొకఁడు దొరకకపోవుటయే కారణము. ప్రభువులు పాపాత్ముఁడని యెఱింగియు నొక్కొకనిఁ గార్యావసరమునకై చేరఁదీయుచుందురుకదా !" అని వియోగజ్వరము తగిలిన వెలఁదు లందఱును వసంతునిఁ దిట్టసాగిరి. ప్రణయకోపపరాఙ్ముఖులగు మానినులు పతుల పంటికాట్లుగల పెదవులతో సరసాలాపములు మాని గాంభీర్యముతో నున్న మగలనుజూచి సంతోషించిరేకాని యదిదోషముగా

భావింపరైరి. ''ఓమగ కోయిలలారా! మీరు మానవతుల పొలయలుక
ముడులు విప్పి మగలతోఁగలుపుఁడు. ఓ మలయమారుతములారా! మీరు
కేళీమందిరములయందాల్మగల సమరతోపరతంబులకుసాక్షులై యుండుఁడు.
ఓ మధుమాసమా! నీవు వారు సమకూర్పలేని పనులన్నియు సమకూర్పు
చుండుము'' అని నియోగించి యేదంపతులకును విరహ బాధలేకుండ
మదనమహారాజు లోకత్రయ సామ్రాజ్యభారము వహించి జాగరూకుఁడై
యేలుచుండెను. ప్రతిపుష్పమందును దుమ్మెదలకు జలక్రీడఁగావింపఁగాఁ
దగినంత మకరందము దొరకుచుండెను. పంచమస్వరము గండుం గోయిల
కుత్తుకలయందు హెచ్చుస్థాయిగానుండెను. లోకత్రయము జయించి
యేకచ్ఛత్రాధిపత్యము వహింపఁగోరు శృంగారియగు మదనచక్రవర్తికిఁ
బుణ్యవశంబున ముల్లోకము లొక్కగడెలో జయింపఁజాలిన భటుఁడు
వసంతుఁడు తటస్థించెను. విరహిజనుల నందఱిని వశపఱచుకొనుటకై
జెండా యెత్తిన శృంగారబాంధవమగు వసంతమాసమునొద్ద వందిమాగధు
లగు చంచరీకంబులతని బిరుదావళులన్నియుఁ బఠించుచుఁ గైవారము
నేయసాగినవి. పికపంచమనాదము ముల్లోకములయందలి యిల్లాండ్ర మాన
గ్రంధులు కత్తిరించుచుండె. పంచశరుఁడు వేడుకకొఱ కొకసారి కుసుమ
చాపము సారించిన సారించుచున్నాఁడేమో!'' అయ్యో! మాచెలి కోయి
లలు కూసినందులకుఁ గోపగించి నిన్ను గొట్టుటకై చెఱకువింటి చదువు
చదువుకొనుచున్నది. చందనవాయువుల ఢాకకాఁగలేక మలయపర్వతమును
దావాగ్ని దహించినచో బాగుండునని తలంచుచున్నది. వసంతునకును
మదనునకును గల మైత్రి చెఱచుటకుం దగిన తంత్రములు వెదకుచున్నది.
వెయ్యేల, రామరామా! నీరామ నీరామిఁ జేయరాని పిచ్చిపనులులేవు'' అని
దూతికలు మనవిచేయసాగిరి. మత్తభ్రమరాంగనలు మగతేఁటులపైఁ
బుక్కిలించి యుమియఁజాలినంత తేనె బండిగురివెందపూవులనుండి జాలు
వాఱుచుండఁ దక్షిణమారుతము లలసటవడియు గడియసేపైన విశ్ర
మింపక పనిచేయుచుండఁ బుప్పొడి తిప్పలు గడెగడె కొక్కటొకటి యుప్ప
తిల్లి యళిదంపతులకుఁ గ్రీడాశైలంబు లగుచుండఁ గుసుమాస్త్రమిత్రం

బగు చైత్రమాసంబు గడచుదాఁక విరహవంతులకు జీవితాశయెట్లుండును? త్రిలోకీ విజయోత్సాహంబునంజేసి దురదవాఱిన భుజములుగల తియ్యవిల్కానికై విజయాస్త్రంబులు సమకూర్చుటకు వసంతునంత చౌర జాగరూకుఁడై యుంత వికసత్కుసుమ భరితంబులగు చెట్లెల్ల నమ్ములసంచులగుటయు భృంగమాలికలు బాకు లగుటయు విచిత్రముకాదు. ప్రతివియోగవతియుఁ జందనవాయువులు వీవని మలయగిరిదక్షిణభూములు కాఁపురమునకై కోరుకొనుటయు లీలోద్యానములయందుఁ గోకిలలను లేపుటకై నెచ్చెలులచేతఁ జప్పట్లు చఱపించుటయుఁ బూవుల తావియంతయు నపహరింపుఁడని తుమ్మెదలను నుతించుటయు మొదలగు ప్రాణములు కాపాడుకోఁదగిన యుపాయము లాలోచించుకొనుచుండెను. సింహళద్వీపమునందలి కాంతల ముఖపరిచయముచేతనే కర్పూరవాసనలు గైకొని యుయ్యాలలూఁగు నఱపతెఱవల వెడందపిఱుందులయుఁ గర్పూరాపాండురంబులగు గండస్థలంబులయుఁ బ్రీతిబంధకతచేఁ గొంచెము మందీభవించి గొబ్బెరబొండములలోని యెళనీరు గళగళ లాడించుచుఁ గావేరీతీరము నందలి తాటితోఁటలలోని కల్లుకుండలకు ఖాంకారముఁ గలుగఁజేయుచు నారబండిన నల్లచక్రికేళి పండ్లవలనఁ జల్లఁబడిన కమ్మతెమ్మెరలును తుమ్మెదలు డ్రావఁగా మిగిలిన పూదేనె కాలువలచే బురదయైన పూవుదోఁటలును, నిండాఱ విరిసినవిరులచే మీఁదఁబడునని భయమొసఁగు పాదపముల చేతను సర్వేంద్రియమ్ములఁ దనువుమాధవుని సాహాయ్యకంబునంజేసి నిర్లక్ష్యమ్ముగ లక్ష్యమ్ములయందు నలక్ష్యమ్ములయందును బాణమోక్షముఁ గావించి శరవ్యయముఁ గావించుకొని దైన్యపడనున్న కుసుమచాపునకు రెండుజాలపురువులవాలు నిండిన తీవగుంపులే యధిజ్యచాపంబులయ్యె. సర్వపుష్పంబులును జైత్రాస్త్రంబులయ్యె. దశకంఠక్రీడారామంబున ముద్రితమ్ములగు జానకీపాదముద్రలకు నమస్కరించుచుఁ గర్పూరద్వీపము నందలి వేలాకాననములోని పుష్పొడితిప్పలమీఁది యాటలకు మఱిగి తాంబూలచూర్ణపరీమళమిళితంబులగు కేరళకాంతల నిట్టూర్పులచే బలిసిన దక్షిణవాయువులు తోడయ్యె. డోలాలీల ననుభవించు బాలామణుల పీనజఘనం

బులు సైతము కదల్చిన లంకావాయువులకు మానవతీ మానదుర్గంబులు కూల్చుట గొప్పపనికాదు. లేమావిచిగురులు మెసవుటవలనఁ గర్ణామృతము వర్షించుచు వియోగినుల నీడఁజూచియే కొట్టఁజాలిన విజయాస్త్రమై కోకిలా కంఠమూలములనుండి దవడలు సంకటపడునటుల వెడలుపంచమస్వరము ఘాస్వరమై సాయముఁగావింపఁదొడఁగె. దానంజేసి తుంటరియగు తుంట విల్కానికి దోలావిహారము గావించు లీలావతులను సైతము గుఱిచేసి యేసిన చలలక్ష్యవేధి నను గరువము విస్తరించుచున్నదో దేవా! యని విక్ర మాంకనృపాలుని యొద్ద వందిమాగధులు వసంతర్తువును వర్ణించిరి.

ఇ ది స ప్త మ స ర్గ ము

అ ష్ట మ స ర్గ ము .

★

పుష్పాస్త్రమిత్రింబైన యాచైత్రమాసమున జరగిన విక్రమాంకదేవ నృపాలుని విచిత్రమైన కథయొకటి యిందుదాహరించుచున్నాను. విద్యాధర కన్యకయయ్యుఁ గరహాటనృపాలునిచేఁ బెంచఁబడిన చంద్రలేఖయను కన్యా రత్నంబున కక్కాలంబున సదాశివు నానతిచే స్వయంవరమహోత్స వము చాటింపఁబడెను. ఆచంద్రలేఖ నిజముగాఁ జంద్రలేఖయే యన వచ్చును. మన్మథుఁడు తనకెన్నఁడు చావులేకుంటకై జపించు మహామం త్రమున కాచిన్నదియే యధిష్ఠానదేవత. శృంగారరసమునకుఁ గులదేవత. చెఱకువిల్కానికి గుండెకాయల సొరనియు నుడువవచ్చును. ఆకన్య కాలి గోరులు లావణ్యరత్నాకరమునం బుట్టిన రత్నాలపేరు. ఆమె విహరించు నపుడు ముంగిటి మెట్టతామరతీవ "లోతల్లీ! గబ్బిగుబ్బల పరిణాహముచే నీముఖచంద్రకాంతి మాపైఁబడకుండఁజేసితి" వని కాళ్ళకు మ్రొక్కు చుండును. వెలలేని మాకీపైఁడియందెలా నగలను నలుకంబోలె నెట్టిఁ బాఱిన యాయింతి యడుగులకుంగాని వానిపిల్ల లను గోరులకుంగాని లత్తుక పూఁతపూయుట నిండుచందురునకు మంచిగందము పూయుట

వంటిది. మేలుకొనియున్న తమ్మిపూవులసిరి యపహరించిన యాపడఁతి యడుఁగులు మదించిన యేనుఁగుల నడకలను దొంగిలించుట చోద్యము కాదు. ఆచెలిపదములకుఁ బద్మములే ప్రత్యుదాహరణంబులు వానిరక్తిమకుఁ జిగురుటాకుల యెఱుపే పూర్వపక్షము. మానససరస్సునందలి కూటస్థరాజహంసములు కంటి కగపడినపుడుగాని యామె గమనసౌందర్యము తేటపడదు. ఆచెలువ పదములకలంకరించిన నీలాలకడియములు బరువంతయుఁ దమమీఁదమోపిన పిఱుందుల మీఁది యలుక బొమముడులవలె నలరారుచుండును. వ్రేలాడు గజ్జెగొలుసు లను నెపంబునఁ గుంకుమ బ్రోదిసేయఁబడిన జంఘాలతలును, గజపతుల కరమునందున్న సర్వస్వము హరించుటయే కాక మాలవాండ్రకుఁ బర్యాయపదమగు మాతంగనామమునం బిలిపించుచు సామ్యముఁ గోరినంతమాత్రమునకే కదళీస్తంభముల మీఁది చర్మంబు లొలిపించిన తొడలును, బదిమందికిఁ దెలియుటకై మన్మథుని బిరుదావళులు వ్రాసి గృహతోరణమునకుం గట్టిన బల్లయోయన నొప్పుచు నెచ్చెలులకు గడెగడెకు మొలనూలుగుచ్చవలెనను విసువు కలుగఁజేయు నితంబ బింబంబును, అలంకరించుటకుఁ జేతులపొడవు చాలక ఖేదపడి యతికష్టమునఁ జెలులచే బంధింపఁబడియు శ్రోణీవిస్తారంబునఁ "దెగిపోతిని, తెగిపోతి" నని మొఱ్ఱవెట్టుచున్నదో యన మ్రోగుగంటలయొడ్డాణంబును, ననంగునకు రంగంబై శృంగారరసంబునకు ఒంగారు పీఁటయై లావణ్యంబునకుం బ్రోవై మదనుండు శరంబులు దూరప్రసారంబులుగాఁ జేయుటకుఁ దగిన విశాలప్రదేశంబైన జఘనాభోగంబును, మేఖలామణికాంతులకు జడిసి నాభీరంధ్రముఁదూఱిన చిమ్మ చీఁకటి రేకయోయనఁ బయోధరౌన్నత్యముఁ జూచి నితంబవిదూరాద్రినుండి వొడమిన రత్నశలాకయో యన నాభీబిలమను మదనుని బంగారు గుల్లకడియము యౌవనాగ్నితప్తము గాఁగ నందుండి వెడలిన లక్కతీఁగయో యనఁ దలోదరంబను బంగారుసీటిగచ్చు మొగసాలమీఁది నాభీవలయంబను సువర్ణవలయంబునకుం దగిల్చినవలరాచయేనుఁగు కాలియినుపగొలుసోయనఁ దనరారు నూగారును ఎత్తైన కుచదుర్గము లెక్కునపుడు తుంటవిల్కాఁ

డూఁతగాగ్రుచ్చిన వింటికొన గుంటయన శరీరమునిండ లావణ్యనీరము నిండించునపుడు జేజేపెద్ద లావణ్యము చాలక వదలిన రంధ్రంబన తారుణ్యసంపద కామరాజు శాసనంబులు వ్రాయుచున్నపుడు ప్రమాదం బున బ్రిక్కకొరఁగి నూగారను మషీధార యొలుకుచున్న సువర్ణ (1) మేళామందమోయనఁ బురుషవ్యాఘ్రంబులను వేఁటాడు మదనకిరాతుండు మాటుకొఱకుఁ ద్రవ్వుకొన్న గొయ్యియోయనఁ బ్రకాశించునతనాభియు మదనుండను తోఁటమాలి నెమ్మేనను పువుందోఁటకు నాభీకూపంబుననుండి లావణ్యసారంబను నీరంబుఁ దోడుట కమర్చిన ఘటీయంత్రంబన విలసిల్లు చున్న యొంటిపేట పెద్దముత్యాలదండయుఁ గుచపర్వతంబుల బరువు మోపిన సన్నని కౌనుకంబమునకుం జుట్టుఁజుట్టిన రజ్జుబంధంబులన రతి తోడ మదనదేవుండు స్తనగిరితటంబు లెక్కుటకుం గట్టిన సోపానంబులన మన్మథరథసంచారమునకై పయోధరదుర్గంబు తప్పించి క్రిందనుండి యేర్పఱచిన యినుపదారులన లావణ్య ధనపూర్ణంబులగు కుచకుంభముల దరికి దరిద్రమగు నడుము జేరకుండ వేల్పు పెద్ద రచించిన యెగుడు దిగుడు దారులనఁ దన్వియగు నాకాంతనే విల్లుగాఁ జేయఁదలఁచుకొని వంచుటకై పట్టుకొనిన కందర్పుని పిడికిలివ్రేటులనఁ జెలువారు వళిత్రి యంబును, నర్మోక్తులయందు సిగ్గుచేఁ దలవంచుకొనుట సాధ్యంబుగాఁ జుబుకంబునకుఁదాఁకుచుఁ జెఱకువిల్కాఁడు కై వసముఁజేసికొనుటకాయాస పడకుండ డెందమునందలి కాఠిన్యమంతయుఁ దమయంద నిలుపుకొని యెట్టిగట్టిరవికలకైనను "లోపడియుండ'' వను తప్పునకు సమాధానముఁ జెప్పకోఁజాలక కరికుంభములు సదంభములని నిరాకరించుచుఁ గలశం బులు మండకౌశలలని దూఱుచుఁ జక్రవాకంబులు వరాకప్రాయంబులని యెగ్గించుచు ముఖచంద్రుని చంద్రికాపయఃపూరంబునం జలికి భయం పడియో యన జంటగాఁ దేలియాడుచుఁ దనుమధ్యమగు నబలచే బల వంతులు మోయఁజాలని బరువు మోయించు చున్నానని కందర్పుఁడు గర్వించుటకు సాధనమై యతిథియగు మదనుని నర్చించుటకై తారుణ్య

(1) సిరాబుడ్డి

సంపద గీలించిన యంజలిబంధమో యనఁ దనరారు కుచద్వంద్వంబును ముఖచంద్రునకు జడిసి కుచపర్వతంబులచాఁటున డాఁగిన చీఁకటియో యన వళిత్రయంబునందలరారు చందోయి నీడయు, నీకంఠమునందలి మధుర ధ్వని గ్రామత్రయమునకుఁగూడ నిదానమని తెలుపుపగిదిఁ బ్రకాశించు గళరేఖాత్రయంబును, లావణ్యరత్నాకరంబునం బొడమిన మదనవిజయ శంఖమువలె నొప్పుచు వినువారిచెవులకుఁ బీయూషగండూషములైన కాకలీ కలగానంబులచే వీణాపంచమనాదంబునకుఁ గల సుప్రతిష్ఠ నడఁచు కంధరంబును, గుసుమాయుధుని కోదండంబులై యశోకపల్లవంబులకుఁ బ్రతిహస్తంబులై "మమ్ము నీముఖచంద్రుని యెదుటఁ బెట్టకుము" అని ప్రార్థించు లీలారవిందముల కాంతిమాత్రము చూరగొన్న హస్తంబులును, కరతలంబునం దీర్ఘాయుర్దాయవతి యని సూచించు నాయూరేఖయు, వలయితంబైన లీలాసువర్ణహస్తార విందనాళమువలె మెఱయుచు భుజలావణ్యమునం ధైర్యముఁజెందియుఁ గంఠాలింగనకాలమునం గాఠిన్యమువలన బాధింపఁగలవని చెలులచే నూహింపఁబడుచున్న మురుగులును, సూక్ష్మలక్ష్యవేధనము నేర్చుకొనుటకై మదనుండు దూరమునుండి గుండ్రనియుంగరముల నడుమకుం బ్రయోగించిన సాయకములో యనఁ దనరారు ముద్రికాలంకృతంబు లగు వ్రేళ్లును, మన్మథకిరాతుండు యువజనమనః కురంగములను బట్టుటకై యొగ్గిన యుచ్చులనఁ దనర్చుచుఁ దమకాధారములగు భుజదండములను దూరముగాఁ దఱిమిన వను కోపమునం గుచములతో జగడ మాడుచున్నవో యన మ్రోగు బంగారుగాజులును, లావణ్యసముద్రమునం బొడమిన పగడమన సర్వదాయుండు ‘వదనచంద్రునిఁ దొలిసంజపగిదిఁ దమ్మునియందలి గారాబమున ముఖచంద్రుండు తొడమీఁద నిడుకొనిన కౌస్తుభమువలె నాసిక యను తుపాకినడుమ నుండి జాఱిపోయిన మాణిక్యశలాక వడువున నెగడుచు మాణిక్యహారమ్ములను విపర్ణములుగాఁ జేయుచున్న వాతెఱయును, గ్రొత్తయంపగములు గైకొను తలంపునఁ బ్రాఁత తూపులను వంచుటకై పెదవింటివాఁ డధోముఖముగావించిన యమ్ములపొదియో యన నొప్పు నాసికయును, గన్నులు నాకాంతిని

డొంగిలించిన వని చెవిలోఁ జెప్పుచున్నదోయనఁ బ్రకాశించు కర్ణపూరోత్పలంబును, నివి లేడిచూపులు కానిచోఁ జెవిలోనుండు దూర్వాంకురము దగ్గఱకేల ప్రసరించు ననియు శ్రవణమార్గమునే యనుసరించినచో స్వచ్ఛములు కాక నల్లనివెట్లయినవో యనియుఁ బలువితముల నూహింపఁబడు విలోచనంబులును, నాసిక యను వెదురుబోదునకుం బుట్టి న యాకులన దనదగు బాలక్రీడకుఁ బ్రతిబంధకం బగు యౌవనమునందలి కోపమునం బోలె నదరు కనుబొమలును నాసాదండమునం బొడమిన ముక్తాఫలమో యనఁదగు మగరాబులాకియుఁ, బార్వతీదేవిచేతఁ గొడుకునందలి ప్రేమచే ముద్దులాడఁ బడుచున్న కుమారవాహన మగు నెమిలి పార్వతీదేవి యను భ్రాంతిచే నెత్తిమీఁద నెక్కెనవో యనందగు కేశపాశమును గల యాచంద్రలేఖ సౌందర్యమునకు మాఱులేక యుండెను. తనకంటె నేర్పరులు లేరను గర్వమునం దనగండములయందు మకరికాపత్రములను దానె యలంకరించుకొనుచుండును. ఒక్కొకనాఁడు నగలన్నియు నొలిచి తాడీవళ్ళములం దాల్చుచుండును. బంతియాడుట కలసియున్నపుడు శారికలకు మాటలు నేర్పుచుండును. ఆబాలకుఁ జూచుచుండఁగనే యంతఃపురసంచారభార మొకటి సంప్రాప్తించెను. లోకమునందలి సమస్తోపమానవస్తువుల కాంతియు లూటిగొన్న యా యన్నులమిన్న మొగము దాడి కడలి చంద్రుఁ డనుదినము వ్యోమాంగణంబున లంఘనముఁ జేయుచున్నాఁడు. భృంగాళీమిషంబునఁ బద్మములు కడుపులోఁ గత్తిచేఁ బొడుచుకొనుచున్నవి. మన్మథచాపము బొమలతోఁ జుట్టఱికము మాట లాడుచున్నది. ఇందీవరంబులు కందోయితో యోగక్షేమము పరామర్శించుచున్నవి. కందోయికిని జెవులకును బొలిమేర కొఱకు వివాదము ప్రబలమగుచున్నది. మదనుఁడు హృదయము విడువన్నాఁడు. యౌవన మా బాలికాశరీరమునందుఁ బ్రవేశించి సామ్రాజ్యభార మనుభవించు చున్నది. ఇయ్యాలలూఁగునపుడు తన నితంబభారమును దానె చూచుకొని సిగ్గుపడుచుండును. పావురాకూఁతలు సాపేక్షముగా వినుచుండుచు. నృత్యమును నేర్చుకొనునెపమునఁ గౌఁగిలింతలు మొద

లగునవి నేర్చుకొన్నది. వెయ్యేల, మొగము నిర్మలమైనది, కుచతటము మున్నతమైనది, నడుము సన్ననిది, పిఱుందు మన్మథమహారాజు సింహాసనము. ఏల బహుప్రకారముగ వర్ణనము. పద్మగర్భుఁడు తన నాల్గుమొగంబుల గద్యపద్యరచనఁ జేసినఁ జాలునేమో! కొంచెము ప్రయత్నించినచో నాచంద్రలేఖ నీయంతిపుర మలంకరించుటకు సందియ ముండదు." అనుచుఁ గర్ణరసాయనంబుగాఁ జారులు చెప్పిన పలుకులు విని యాకుంతలనరేంద్రుఁ డుత్కంఠపడియెను. పిదప నారిసారించుచుఁ దుంటవిల్కాఁడు కూడ నామహారాజుపైఁ దాడివెడలెను.

ఇది అష్టమసర్గము

నవమసర్గము

★

పిదపఁ దుంటవిల్కాని కోదండశింజాఘనగర్జితంబులు క్రమక్రమంబుగా విస్తరింప రాజహంసివంటి యావిలాసిని ప్రవేశించిన స్ఫటికావదాతమగు విక్రమాంకభూపాలుని మానసము చిగురుటాకులవంటి యాబాల పదకోకనదంబుల సంపర్కముచేతం బోలె రక్తమయ్యెను. మలయవాయువులచే జడిపింపఁబడి చంద్రకిరణములచేఁ దొట్రుపాటుఁ జెందిన యారాజపుంగవుని యెడల మదనపార్థివుని రోషభీషిక యకించిత్కరంబయ్యె. కొన్నాళ్ళవఱకు రాత్రి మంచిదని పగలును, బగలు మంచిదని రాత్రియందును దలపోయుచుఁ గ్రమముగా రాత్రిందివములు రెండును లేని భూమి మంచిదనికోరు నవస్థకుఁ బాల్పడియెను. లోకత్రయ సమ్మోహనవిద్య యగు నాబాలికమీఁద జయభారముంచి ధనుర్ధరులలో నగ్రేసరుఁడైన యారాజుం జయించుటకై విరివింటిజోదు విల్లెక్కువెట్టెను. ప్రభాతలక్ష్మివలెఁ జంద్రునిఁ గూడ వివర్ణునిఁ జేయఁజాలిన యాకన్యక మూలమునఁగాక చాళుక్యభూపాలకుల ప్రదీపమేల తెల్లఁ

బడును? లోకత్రియమునకుం గల్గిన చింతఁ బాపఁ జాలినవాఁడయ్యు "నీచిన్నది నాయెడల సౌభాగ్యవతి యగునా! మదనుఁడు నన్ననుగ్రహించునా!" యను చింతతో వేఁగుచు నరేశ్వరుం డూర్పుచ్చిన కొలఁది చిక్కినకొలంది మదనునకు విజయంబు నందలి యాస యెక్కుడయ్యెను. మన్మథుని కోపమునకుం బాత్రుఁడైన యా భూపతియెడలఁ బాతివ్రత్యముఁ జూపించుచున్నదో యన రతియు దూరమయ్యెను. ఆరాకాచంద్రవదనకు నివాసమైన యాభూజాని హృదయ మితరపద్మ విముఖ మగుటయే కాక తదీయనితంబవిస్తారమువలన నితరకాంతలు ప్రవేశించుటకుఁ దగిన యవకాశము లేనిదయ్యెను. ఆబాలయందలి యనురాగము బయటఁ బడకుండ నెంతప్రయత్నముఁ గావించినను నంతఃపురకాంతాద్వేష మొకటియు రహస్యప్రదేశస్థితి యొకటియు జనులందఱికిని దప్పు వాయించినట్లు ప్రకటించినది. జాజి క్రిందఁబడిన కర్ణపూర మగు తాటియాకుఁ గూడ నాపువవతియంపిన కమ్మయని తలంచుచు నుత్తంస కుసుమములమీఁద వ్రాలు తుమ్మెదనుగూడఁ బ్రియావార్తాహారి యని యెంచుచున్నను బయలఁ బల్కులాలించుచు గోడలన్నియుఁ జూచుచు నాబాలిక దూ పెట్టిదో యని తలపోయు భూపాలునకు మదనుఁడే సాయకతూలికలచేఁ జిత్రఫలకమున వ్రాసి చూపింపసాగెను. దిగంగనలుకూడఁ జిరకాలమునుండి తమ్ము నిరుపద్రవముగాఁ బరిపాలించుచున్న యారాజన్యునకుఁ దద్బాలాముఖారవిందమును గానికగాఁ బ్రదర్శింపసాగినవి. అతని దురవస్థ చూచి భార్యలందఱు భయమున గోడమీఁది బొమ్మలవలె మౌనము వహించిరి. పంజరములయందలి పెంపుడుచిలుకలకుఁ గూడ నోటనుండి మాటలు రాకపోయె; మంచుతుంపురులకుఁ గాని మంచిగందపునీటికిఁ గాని చల్లార్ప నలవికాకుండఁ * పారసీకతైలాగ్ని హౌనలకుఁ దగిల్చి పెడవింటివాఁడు తూపులు ఉప్వదొడరెను. సరసముగ మాటలాడఁ గల దూతికలతో నాలోచించు నపుడు గూడ నతనికి వారి మొల నూలి గంటలరొద దుస్సహమయ్యె; రాత్రులయం దా భూపతికి నిద్రయేరా;

* పారసీకతైలము— కెరోసిన్ఆయిలు అని తోచుచున్నది.

దాకవేళ నిముసమువచ్చునో, యప్పుడు తొడమీఁదఁ గూరుచున్నట్లు నెదుటఁ జిత్రింపఁబడినట్లుఁ జక్రాకారముగాఁ దిరుగుచున్నట్లు నాతలో దరియే కన్పడఁదొడఁగెను. ఈ లోకత్రయమందు నా కుంతలక్షితిపాలుని మీఁదికి విజయధ్వజమెత్తిన వా రాఁడువాండ్రలో నామెయు మగవాండ్రలో మారుండును దప్ప నొరులు లేరైరి. చందనవాపినుండి తఱపి వెన్నెల బయటికిని వెన్నెలబయలునుండి చందనవాపిక దగ్గఱకును గతాగతములు నేయుచు శుక్లపక్షవసానరాత్రులు గడపుచుఁ దదీయవిరహావస్థ యిప్పగిది ననుభవించుచున్న యావిక్రమాంకదేవుని కడ కొకనాఁడాచంద్రలేఖ యొద్దనుండి యొక్కచారుఁడు చనుదెంచి నుడువఁబోవుపల్కులయందలి సుధాధారయనదగు చిఱునవ్వు నవ్వి యిట్లనియెను.

"దేవా ! చందురునివలనఁ గలుగని చంద్రికయుఁ, బుష్పముగాని మన్మథ సాయకంబును, లోకత్రయసమ్మోహనవిద్యయు నైన మావిద్యాధరరాజకన్య స్వాభావికంబులగు నీసద్గుణముల యందలి పక్షపాతముననో లేక దైవయోగమువలననో నిన్ను విన్నంత మాత్రమున జగమంతయు నీ మయముగాఁ దలఁచుచున్నది. చిక్కిపోయిన యాబాల శరీరమును దనబాణములచేఁ నిందించుచున్న కుసుమబాణునకు సూక్ష్మలక్ష్యవేధియను ప్రతిష్ఠ నేఁటికి వచ్చెను. తుట్టతుద కామెను విల్లుగాఁగైకొను నేమో ! ఇప్పటి మేను తీరుచూచి నట్లున్నది. ఆ కన్యకు మదనుఁడు రహస్యముగా బౌద్ధసిద్ధాంతముఁ దెలిపి యుండును. లేదేని సర్వదా యాత్మద్వేష మేలకలుగుచుండును. 'ఇంతకు ముందు కందర్పుఁ డాయువతి శరీరమును విల్లుగాఁ గైకొనునేమో యని నుడివితిని గాని యిప్పటి కానారిని నారిగాఁ గైకొనుటకే యత్నించుచుండును. నేను వచ్చునప్పటికి గృహస్తంభములకుం దాఁకి మరలివచ్చు తనవిశ్వాసవాయువులకే సురగాలికిఁ గదలు తీవవలెఁ గంపించుచున్నది. ఇప్పటి కెట్లుండునో తెలియదు. ఆతన్వి విరహోపశాంతికై వెన్నెలబయట విశ్రమించునపుడు కుచములయందుఁ బ్రతిఫలించిన చంద్రమండలము వలకాఁకవేఁడికిఁ గ్రాఁగి ముద్దయైన

హారమౌక్తికముల చూర్ణమువలెనుండెను, గవాక్షములనుండి రంగులమేడకును రంగుల మేడనుండి యుపవనసౌధంబునకును దిరుగుచు నొకచోటనైనఁ గాలునిలువక వలవంతఁ బ్రుంగుచు వదుచున్నది. స్వప్నమునం బురహరుఁడు "నీకుఁ దుదకు స్వయంవరముఁ గావించుమని మాకరహాటనృపాలున కుపదేశించుటవలన నాభూపాలుఁ డే రాజడిగినను వాని మనోరథము సఫలము చేయకుండెను. తండ్రియడిగినను నీయందలి యనురాగమూ బాలవ్యక్తపఱచుటకు దేవరకంగీకారము కలదో లేదో యని సందేహించి సిగ్గుపడుచున్నది. తమవంటివారిస్నేహమునం గాక యటువంటి కాంతలకు మర్యాద నిలుచుట కష్టము. స్వయంవరసమయము కూడ దాపునకు వచ్చినది. కావున నో మహారాజ! యనుగ్రహింపుము. పైనమగుము. స్వయంవర మండపమున జయశ్రీవలె మాచంద్రలేఖయు రాజుల నెల్లరను నిరాకరించిన నీకుఁ గైవస మగునుగాత" అని విన్నవించిన విక్రమాంకదేవనృపాలుండును సంతసిలచి మంచి వేగము కల గుఱ్ఱములు పూంచిన యరద మెక్కి మదనరాజధాని యగు చంద్రలేఖ యున్న కరహాటరాజధానిం బ్రవేశించెను. కరహాటనృపాలుండును దగిన పరివారముతో నెదుర్కొని యుచితమగు విడిదిలోనికిం గొంపోయి ప్రవేశపెట్టి యతని రాకకు మిగుల సంతసింపసాగెను. ఆఁడుబిడ్డలను గన్నవారికిఁ దగిన యల్లుఁడు దొరకుటకంటె వేడుక వేఱొండు లేదు. పిదపఁ గుంతలేంద్రుండును రాజచక్రముతో నిండిన స్వయంవరమండపమునకుం జని యలలపై సంచరించు రాజహంసము వలె మంచములన్నియు దాఁటి తనకై యేర్పఱచిన సింహాసనముపై నధిష్ఠించినంతఁ బాల్కడలి యందనేక కరికలభములనడుమ నున్న యైరావతమువలెఁ జూపఱకంటికి విందుఁ గావించెను. ఉల్లాభము నందలి రతనంబులందును మణిస్థగితంబగు నేలయందును రాజమండల మంతయుఁ బ్రతి ఫలించుటంజేసి యాసభాభవనము లోకత్రయమునందలి రాజులును వచ్చినట్లు కన్పడెను. రాజులందఱును ముడుగులు బాహుపురులు మొదలగు నగలలోని రత్నములయందును మంచములయందలి రత్నములయందును దమవేషములు చక్కగ

నున్నవో లేవో యని చూచుకొనసాగిరి. వితానమౌక్తికములందుఁ బ్రతిఫలించినరాజు లెవని పుణ్యము కొనియాడఁబడునో వానిపైఁ బూలవాన గురియుటకుఁ బూవులాయత్తపఱచుకొనియున్న దేవతలవలెఁ గన్పడసాగిరి. విక్రమాదిత్యుఁడు రాకయున్నంత వఱకుఁ జంద్రులవలె విరాజిల్లుచున్న రాజులందఱు నానృపాలుఁడు వచ్చిన పిదపఁ బ్రభాతదీపములై పోయిరి.

చంద్రలేఖయు నాకసమునందనేక దోషాపహతుఁడై యున్న మృగాంకుని బ్రత్యాదేశించుచున్నట్లువిలాసముగఁగొంచెము వంచిన మొగముతో సిగ్గభినయించుచు నింతమందిరాజులను వంచించి తీసికొనివచ్చిన మదనుని భయపెట్టుటకుంబోలె నొకకనుబొమను విలాసముగా సగమెత్తుచు వరింపఁబోవు ప్రాణనాధుని కంఠమునం దలంకరించుటకై కేలఁగొని తెచ్చుచున్న యిప్పపూవుల దండకంటె వక్రములైన చూపులతో రాజలోకము నాలోకించుచు రతనంపు గోడలయందుఁ బ్రతిఫలించిన ప్రతిబింబమును నెపంబున దిగ్వధూమణులచే నుపలాలింపఁబడుచుఁ బ్రతిబింబమిషంబునఁ గూడ సామాన్యనరేంద్రసంగమము లేకుండుటకుంబోలెఁ దనభూషారత్నమాలికలను శరీరకాంతిచే మలినములు గావించుచు వెన్నంటి వచ్చుచున్న చూపఱుడెందములయందు దయచేతంబోలె మత్తద్విరదాంగన పగిది మెల్లమెల్లగా నడచుచుఁ గుడిచేత సకర్పూరతాంబూలంబు గ్రహించి చెక్కులయందు వొడముచున్న పులకాంకురములను జిఱునవ్వు మిసిమిచేఁ గప్పిపుచ్చుచు సంతసముచే నలసముగా నడచు రాజహంసివడువున సంక్రాంతరాగంబు లగు నరేంద్రచిత్తంబులందుం బోలెఁ గుట్టిమస్థలంబులం దడుగులు నెఱికొల్పుచు గండుందుమ్మెదలు వ్రాలు పువ్వులచే నిండియున్న జడను దుంటవిల్తాని యమ్ములసంచివలె మోయుచు నొఱపుడురాతి మీఁది బంగారుగీఁత వలెఁ దళతళలాడుచుఁ బాల్కడలినుండి వెడలిన మంగళదేవత చందమునం బట్టుపుట్టంబు గట్టుకొని స్వయంవరమండపముం బ్రవేశించి క్రీఁగంటిచూపులతోఁ జేతిలోని లీలారవిందమును జూడసాగెను. రంగమునకుం దిగిన యా శృంగారవతియగు నాసుభగురాలిం జూచిన

రాజులందఱిడెందములును లోభమునకుఁ బాలయ్యెను, విభ్రమరాజధాని యగు చంద్రిలేఖం జూచి నంతనే కుంతళాధీశ్వరునకును మదియందు వికారము పొడమెను. విలువలేని లావణ్యముగల కన్యకం జూచిన యాశ లేనివారెవరు! పిదప విక్రమాంక దేవుండును నాబాలికంజూచి యిట్లు తల పోసెను. "ఈతరుణికిఁ గావలికాచుచున్న తుంటవిల్కాఁడు తలారివలె నిముసమేనియునిద్రదోకున్నాఁడు. ఈకన్యకయేవిలాసవృక్షమునకుదోహద సంపద. ఈచిగురుఁబోఁడియే యౌవనమను పాల్కడలియందుఁ బుట్టిన సుధ. ఈతన్వంగియే లావణ్యమాణిక్యములకాంతి. ఈసుకేశియే పడుచు వాండ్రచిత్తములను మోహపరచు మచ్చుమందు. ఈచంచలాక్షియే సర్వ కాలముల యందుండు పున్నమ. ఈచంద్రాననయే లీలారసముల కుత్పత్తి భూమి. ఈబాలికయే మదనమహారాజు త్రైలోక్యసామ్రాజ్యమనుభవించు టకుంజేసిన తపస్సంపద. ఈమె పయోధరౌన్నత్యము విలాసవైడూర్యము లెల్లపుడు మొలచుటకుఁ గారణము. కాంతివిషయమై యీమృగాక్షి ముం దఱఁజంద్రుఁడు బద్ధదరిద్రుఁడు. కందోయిముందఱ వికచోత్పలముల గణనయేలేదు ప్రతిక్షణముఁ బొడముచున్న యీలావణ్యవతి శరీరసౌందర్య ముఁజూచి విధాతను మోసపుచ్చి యతనియందుఁ గల సౌందర్యనిర్మాణ కౌశల మపహరించినదేమో యని తలఁచుచున్నాను. ఈపతింవర యీ స్వయ వర మండపమునందున్న రాజులందఱిలోఁ గ్రిగంటిచూపులచే నన్నదృష్టవంతునిఁ జేయుచున్నది. నామొగమువంకకుఁజూచి చెలులతో నేమేమో నుడువుచున్నది. నాయం దనురాగము గల దనుట కింవదంతి కాదు. చిరకాలమునకు భగవంతుఁడగు మన్మథునకు నాపై దయకలిగినది. కాలితోఁ జెలికత్తెను దన్నుచున్నది. చెలికత్తెహారము లాగుచున్నది. ఇవియన్నియు నామీఁది వలపునఁ బుట్టిన వికారములే." అనుచుఁ బరి పరివిధముల సంతసింపఁజాగెను. తక్కిన రాజుల వికృతచేష్టలఁ గూడ నిందుదాహరించుచున్నాను.

ఒకనృపాలుఁడు తనయురము మీఁది పచ్చలహారమును గనపఱచుటకై యొడలువిఱుచుకొని ఱొమ్ము ముందుకు సాచెను. ఇంకొకనరేంద్రుఁడు తన యొడలి కాంతితో నైక్యముఁ జెందిన సువర్ణసూత్రమునుఁ దీసి పాఱవైచి ముత్యాలదండను మెడలోవైచుకొనెను. మఱియొక రాజేంద్రుఁడు స్వస్థానమునుండి జాఱిపోయిన చూడామణిని మరల నచ్చోటఁ దాల్పఁ దలఁచి తన చేతిలోని లీలారవిందమును దాచ్చుట చూచి పౌరకాంతలందఱు నవ్వఁజొచ్చిరి. ఇంకొకఁడు తనకాలు మఱియొకని మంచము మీఁదికి సాచి గర్వమును బయలుపఱచుచుఁ జేతితోఁ గత్తినాడించెను. వేఱొకఁడు చెమ్మట లేకపోయినను కర్పూరపరాగముచే నొడలంతయు నలుగుపెట్టుకొనెను. కొండొక పుడమిఱేఁడు కుండలము లీచెవి దాచెవికి నాచెవి దీచెవికి మార్చుకొనెను. కొందఱు బంగరుకడియములతోఁ బ్రకాశించుచున్న చేతితోఁ దాంబూలకరండము మోయువానినిఁ గొట్టుటయు దమలఁపుటాకులమీఁద నేమేమో వ్రాయుటయుఁ, బ్రసంగవశంబున నేనిటువంటివాఁడనని తనప్రతాప మింకొకనితోఁ జెప్పుటయు, వీడెపుఁదిత్తి దగ్గఱకు లాగుకొని యందలి కర్పూర మందఱికిఁ బంచిపెట్టుటయు, సింహాసనము మీఁదనుండి లేచి యందొక యుత్తరీయము బఱచుకొని కూర్చుండుటయు, నొడలు విఱుచుకొని యావులించి చేతులు పైకెత్తుటయుఁ గామగ్రహగ్రస్తునివలె మంచెపై దొరలుటయు, వెఱ్ఱినవ్వు నవ్వుటయుఁ, బంచమస్వరముగాఁ బాడుటయుఁ గొన్నియడుగులు నడుచుటయుఁ బిట్టకథలు సెప్పుటయు, మొదలగు పెక్కువికారములు గావించిరి. పిదప వైతాళికులు చేయు శుభస్తుతులను, మంగళతూర్యధ్వనులను మానిపించి మృదుగాత్రి యగు నొకప్రతిహారి రాజుల చరిత్రము లుదాహరించుచు వారి నాచంద్రలేఖ కిట్లు కనఁబఱపసాగెను.

"కుమారీమణీ! సగము తెగినచివరఁ గరోరాహతులచే మొక్కపోయినకత్తి మహాసేవున కలంకారములగు పాముల పడగలమీఁదఁ గాని నూఱసల ప్రతినపట్టి చేతులారఁ దలలన్నియు ఛేదించుకొని యీశ్వరుని

కరుణ సంపాదించు కొనుటయు నొకచేతఁ గైలాసాద్రి కదల్చుటయు రెండవకేల హిమాలయము గూడఁ గదల్ప నెంచుటయు మున్నగు నద్భుత కార్యము లొనర్చి జగదేకవీరుఁ డని ఖ్యాతివడసిన దశవదనుని తలలు పదియుఁ దనబాణముల పాలుగావించిన శ్రీరామునివంశమందుఁ బొడమిన యీరాజకుమారునిం గనుఁగొనుము. ఇతనితోఁ గూడ మయూరీనాదముఖరితంబు లగు సరయూనదీతీరములందు విహరించుచు విలాససౌధముల లోని వాతాయనములు సేవించుచు నయోధ్యాపురముం గొనియాడఁదగిన దానిగాఁ గావింపుము" అని ప్రతిహారి చేసిన యుపదేశము నీచోపకారము వలె నాకుమారికయెడల వ్యర్థమాయెను. జన్మాంతరీయసంబంధమువలన నొక్కొక్కగరిత కొక్కొకపురుషునియందే ప్రేమనిలుచును. పిదపఁ బ్రతిహారరక్షియు నింకొకరాజపుత్రకు నొద్దకుం గొనిపోయి "బాలామణీ! యితఁడు చేదిరాజు. ఇతఁడు యుద్ధముసేయుచున్నచో జ్యాటంకారము బిలోదరంబులం బ్రవేశించి పాతాళలోకనివాసులకుఁ గూడ నితని యుద్ధ ప్రభావమునుఁ జెప్పుచుండును. మదాంధులగు శత్రురాజుల కబంధములను నృత్యము చేయించుట యందలి నేర్పితనికిఁ దప్ప నొరులకుఁ దెలియదు. ఈరాజపుత్రునిం గనుము" అని నుడివిన రాజపుత్రియు నోటిలోని తాంబూలపుఁదమ్మయుమిసి తనకుం గల నిరాదరమును సూచించెను. పదంపడి "కన్నెరో! యితఁడు కాన్యకుబ్జనరేంద్రుఁ. డితని దిగ్విజయసమయంబునం బొడమిన ధరాపరాగము వలన సముద్రములన్నియుఁ బూడిపోయెను" అని నుడివిన ప్రతిహారి పలుకులకు మార్వలుకక యాకులుకులాఁడి బెళుకుఁ జూపులను గుచకుంభములమీఁదికిమరల్చినఁ జెలికత్తియు నితండు స్థూల దేహము కలవాఁడని యీచెలి నిరాకరించుట యెఱింగి యింకొక రాచకొడుకునొద్దికిం గొంపోయి "బాలరో! ఏవీరుఁడడవిపంది మేఁగఁగెలించిన తనయమ్ము మాయాకిరాతుం డెడలించినం జూచి యాహరునితో మల్లయుద్ధమునకుం దలపడి చెమ్మటవారినచేతులు తుడుచుకొనుటకై శత్రువుని చంకనున్న విభూతిబుట్ట లాగికొనెనో యట్టి జగదేకధనుర్ధరుఁడగు పార్థు[illegible]
ముని వంశమునం జనించిన భూపాలశిరోమణిం జూడుము చర్మణ్వతీనదీ

తీరమున విహరింపఁ దలఁచితివేని వేణాకనిఁ జెట్టపట్టిన నీకా యానందము దొరకదు" అనుమాటలు నాలుకనడుమనుండి వెడలకముందె యా సుందరి యడుగు ముందునకు నడచుట చూచి యది యతని తలమీఁద నడుగిడుట కాఁ దలంచి ద్వారపాలకియుఁ గొండొక భూపాలతిలకునిం గనిపించి యిట్లనియె. "చెలియా! దేవేంద్రుని యింటి ప్రహరి గోడమీఁది మేడపై నున్న కోఁతి తలతో సమానమగు నెత్తుగల శిఖరములతో స్వర్గలోకమును మొగసాలగాఁ జేసికొనఁజాలినదియు నీలకంఠవిలాసధామము నగు కాలింజరభూధర మీ రాజేంద్రునకుఁ గ్రీడాశైలము. ఇతనికి విపక్షరాజచక్రమంతయుఁ గైవసమై యున్నది. నీకటాక్షచక్రమున కీ పుడమి ఱేనిం బాత్రునిం జేయుము" అని విన్నవించినను రంధ్రము వాడువని ముత్యమునం దార మెక్కని వడువున నా రాజపుత్రునిపైఁ బ్రవేశింపని చంద్రలేఖ మనోభావము గుర్తించి మఱియొక ధరాపతిం జూపించి "కుమారీ! యితఁడు శౌర్యప్రియుఁడు. పెక్కుమంది విపక్షరాజుల నివాసములను సింగమేనుఁగుల గుహలనువలెఁ గైకొనినవాఁడు, త్రిలోకధనుర్ధరుఁడు, నిరంకుశమైన కీర్తికలవాఁడు. ఇతనిపేరు గోపాచలక్ష్మాపతి. నీకటాక్షమాలిక స్వయంవరమాలిక యితని కంఠము నలంకరించుటకై దూతిక యగుఁగాత!" అనినఁ జంద్రలేఖయుఁ బరిత్యజించుటకుం దగినకారణము లేకపోయినను మన్మథబాణము లింకొకరాజునకై ప్రేరేపఁ గాలిగజ్జె లల్లల నాడించి యచటనుండి వెడలెను. దానం జేసి వాచాలకుఁడు గాన నీతనిం బరిత్యజించె నని కారణము నూహించుకొనిరి. ఆ చిన్నది యెందఱురాజులను గడచి చనియెనో వారినేత్రము లామెచేతియందలి స్వయంవరమాలికలోని పరాగము పడినవో యనునట్లు కన్నీరోడ్చసాగినవి. పిదపఁ బ్రతిహారరక్షియు వేణాకభూపాలునియొద్దికిం గొంపోయి "లీలావతి! యీతఁడు మాళవేంద్రుఁడు. ఇతనిరాజధాని ధారాపట్టణము. చాల లీలోద్యానములు కలది. వీనిశత్రువుల భార్యల కపోలస్థలములయందుఁ బ్రవహించు కన్నీటిలో నల్లాడు ముంగురులు శైవలబుద్ధిఁ గలిగించుచుండును. ఈరాజు ప్రతాపాగ్ని సర్వదా శత్రుకటకములయందుఁ గావలి కాచుచుండును. వేయేల! యీతఁడు ప్రవేశిం

చిన వెంటనే మార్తురయిండ్ల గరికి మొలచును. వీనిం గూర్చుటకై కుసుమాయుధుఁడు మంత్రి యగుఁగాక!" అని నుడివి నాసాగ్రనివేశితయగు కుమారికదృష్టిచేతనేవానియందలినిరాదరమును గుర్తించికొన్నియడుగులు నడిపించి చిఱునవ్వు నవ్వుచున్న పతింవరతో "గుణగ్రాహిణీ! యితండు ఘూర్జరేంద్రుఁడు. సంగీతశాలలయందు ఫణీంద్రకన్య లీతనింగుఱించి పాడు పాటలు గుఱ్ఱపుదెక్కలచేఁ ద్రవ్వఁబడిన భూగర్తములయందుఁ బొంచి విన్నచో వినఁబడుచుండును. భుజావర్జితరాజలోకుఁ డగు నీనృపుని యందు మన్మథ పుష్పవృష్టి యగునీదృష్టి ప్రసరించుఁగాత!" అనినఁ బెండ్లికూఁతురు మీఁదికి మూఁగు తుమ్మెదలను లీలాంబుజముచేఁ బాఱఁ దోలుచుఁ బ్రతిక్షేపమును సూచించెను. ప్రతిహారగోపియు నింకొక పృథివీపాలుముందు నిలువంబడి సగర్వముగఁ గుమారివంకఁ జూచి "కన్నెరో! పాల్కడలి పొలచేఁ దడుపఁ బడుచున్న మందరగిరిచాతుర్యమును దెల్పు రీతి మంచిగందపుఁ బూఁతచేఁ దెల్లఁబడిన యీ పాండీనింజూడుము. సుందరమగు నెమ్మేనిసౌరు విలోకింపుము. ఈ పుడమి తేనితో సహవాసము చేయుటకు మన్మథుఁడు నీకు బుద్ధిగలిగించునేని లీలావనంబులలోఁ జందన పాదపంబులనుండి వెలువడు చల్లని తెమ్మెరలు నిన్నాశ్రయింపఁగలవు, లీలావనోపభోగమునందు నిన్ను మించినవారెవ్వరు నుండరు."అని యెంత నుతించినను భాగ్యహీనునియందు శ్రీవలె నతనియందుఁ బరాఙ్ముఖి యగుటం జూచి పగడమువంటి వాతెఱ గల యా ముద్దుగుమ్మ యోగ్యాయోగ్య విచారణకు సంతసించుచుఁ జోళరాజునొద్దకుఁ దీసికొనిచని "చపలాక్షీ! దిగ్గజములు సముద్రమునం దవగాహన మొనరించుటకును వేలావనాంతముల విహరించుటకును వచ్చుతరుణము వేచి వానిభార్యలను జెఱపట్టుటకు సాహసింపఁజాలు మదగజములతో జైత్రయాత్ర వెడలువాఁడీ చోళదేవేంద్రుఁడే. యాచకులకుఁ గుప్పగూరలుగ రత్నములు పంచిపెట్టుచున్న యీ రాజు నేమియు ననలేక రత్నాకరము తరంగధ్వనినెపమున సర్వదా యేడ్చుచుండును. సేనబరువుచేత సముద్రమునందు విఱిగిపడిపోవుచున్న భూమి నాపుటకై పాళిగట్టఁబడెనో యనునట్లీరాజేంద్రుని మదగజములు సర్వదా

సముద్రతీరమునం బారులుగట్టి నడుచుచుండును. ఈ నరపాలుని విలాసినీ
లాదేనుఁగులపై నెక్కి పోవునపుడు దిక్పాలకపురములయందు వెన్నెలలు
గాయుచున్నవి. కావున నీనృపుని నీభుజాపంజరము నందుంచు రాజహంస
నుగాఁ జేయుము. మేడమీఁదినుండి గవాక్షలగుండఁ జూచు నీకుఁ గాంచీ
పురము నయనానందకర మగుఁగాత!" అని యుపదేశించు చెలిపై నాగ్ర
హవృత్తి సూచించుచుఁ దిన్నగఁ జాళుక్యనరేంద్రాభిముఖియైపోయెను.
నది యొడ్డొరయునట్లు ప్రవహించుచున్నను బూర్వమార్గమును వదలదు
గదా! దీర్ఘతరమగు చంద్రలేఖానయనాంచలము చాళుక్యనృపాలునిచే నాక
ర్షింపఁ బడినప్పుడే యాశాభంగమును బొందిన రాజులమొగము లన్నియు
దీప మాఱిపోయిన వత్తులవలె నల్లఁబడినవి. అత్తఱి నొకరాజు నా కంద
మైన ప్రియమైన యొకభార్యకలదు. నీకొఱకు రాలేదని పరాఙ్ముఖత్వము
సూచించెను. ఇంకొకఁడు పెక్కుమందిరాజులు చనుదెంతురను వినోదమున
వచ్చినాఁడను గాని వేఱొండు కాదనియెను. నేనురానననిన నన్ను బలవంత
మునఁ దెచ్చి పరాభవపఱచితివిగదా యని యొకఁడు మంత్రిని నిందిం
చెను. తక్కిన నృపుల యాననము లన్నియు వజ్రాహతములగు పర్వత
ములవలె వాఁడిపోయినవి. ఆ విద్యాధరరాజకన్యక దృష్టి పాలునీళ్ళు వేఱు
పఱచిన రాజహంసివలె నితర రాజులను వదలి చాలుక్యసింహాసనము నలం
కరించువాని నలంకరించెను. పిదపఁ బ్రతిహార రక్షియు దంతకాంతులచే
నితరప్రభువులను జూచిన యామె కలంకమును గడుగుచున్నదివలెను
జిఱునవ్వునవ్వి "రాజీవముఖీ! నీదృష్టిమనోహరమగు పదార్థమును గ్రహిం
చుట యెఱిఁగినదియే. లేదేని నాచంతయు దాఁటి భృంగి పద్మమునఁబడు
గతి సాహసలాంఛనునిపై నెట్లు ప్రసరింపఁగలదు! ఈ మహారాజు రూపము
వంటి రూపితరులకు లేదు. నేను వేఱెచెప్పనక్కఱలేదు. చూచుచుంటివి
గదా! అయినను నాతోఁచినకొలఁది నితని గుణసంపదయును వర్ణించు
దానను. లక్ష్మీసరస్వతులు రెంటికి నీరాజే యునికిపట్టు. సర్వదా మదగజ
ములతోడి సహవాసమువలన జిగీషు వగు నితనిగుణములు దిగ్గజములపైఁ
గూడ దిరస్కారభావము చూపించుచు భువనమంతయుఁ దిరిగినవి. ఈ

పృథ్వీపతి సేనయంతయు నొక్కచోటనుంచినఁ బృథివి యొడ్డగెడ వగు ననియు భోగిభర్త మోయలేఁడనియు సమస్త దిక్కులయందు నిలువఁ బెట్టెను. పాఁపరాతలలమీఁద నెలకొలిపిన యీ భూమండలమునకు బిగికై మేకులు బిగించెనో యన భూమి యంతయు జయస్తంభములచే నిండించెను. ఇతనికత్తి రెండువైపుల వాఁడిగలది. మత్తారిశిరోలుంఠనమునకై నీస్వయంవరకాలముమాత్రమే యీకత్తికంతరాయముఁ దెచ్చినది. చోళ భూపాలుఁడును సోమేశుఁడు నను నిరువురను రెండుభుజములచేత నిరసించిన రాజేద్రుఁ డీవిక్రమాంకదేవుఁడే. దాననిధియగు నీపుడమిఱేనిముందఱఁ గల్పద్రుమాదులు పరమాణుకల్పములు. ముజ్జగములందును గౌరవము సంపాదించిన యీమహీపాలునిముందఱ ముంజరాజు గుంజాఫలమువంటి వాఁడు. భోజరాజు లెక్కయేలేదు. ఇతరరాజులమాటఁ దలఁపనక్కఱలేదు. ఇతని నాశ్రయించిన కవీంద్రులకుఁ గూడ లక్ష్మి దాసి. భ్రూవిలాసములతోఁ గూడిన విలాసినుల మొగములు చూచినప్పుడు తప్ప నితరకాలములందెన్నడు నీసాహసలాంఛనునకు భయమేలేదు. కిన్నరకంఠీ! ఈరాజదేవేంద్రుని కంఠమునం దాలింగనదూతియగుస్వయంవరమాలిక నలంకరింపుము. సమానస్త్రీపురుషసంయోజనమువలన బ్రహ్మదేవునకుఁ గీర్తివచ్చుఁగాత! మన్మథుకు పడిన ప్రయాసము ఫలించును గావుత!" మని నుడివిన చెలి పలుకుల కానందించుచు లజ్జనుజ్జగించియు సిగ్గిలుచు నాపతింవర యిప్పూవుదండ విక్రమాంకదేవుని కంఠమునం దలంకరించెను. మదించినతుమ్మెదల కలకలముతోఁ గూడిన యాదండ కంఠమునందుఁ బడినంతనె మ్రోసిన డిండిమములే సౌభాగ్యరేఖయం దితరరాజులను జయించె నను కీర్తిని సాటించినవి. కుసుమమాల తమ్మలంకరించినవెంటనే యానృపుని భుజలతకుఁ జంద్రలేఖాపరిష్వంగకుతూహల మెచ్చసాగెను. మన్మథుని చాపవిద్యకు సర్వోత్కర్షవచ్చెను. "ఔచిత్యమెఱిఁగిన విధి నందఱుఁ గొనియాడవలసినది" అను మాటలు ప్రతి పౌరాంగననోటను వెలువడెను. సమానదాంపత్యయోగ మెవ్వరిమనమును సంతోషపెట్టదు! పిమ్మట మృదులము లగు మంగళవాద్యములు వాయింప వధువుతోఁ గూడఁ బాండుతర

కీర్తి యగు విక్రమాదిత్యుఁడు కళ్యాణమండపముం బ్రవేశించి వాగగోచర మగు కాంతి వహించెను.

ఇది నవమసర్గము

దశమసర్గము

★

ఇట్లు కృతార్థయగు రాజకన్యకతోపాటు కీర్తికాంతచేతఁగూడఁబరిత్యజింపఁబడిన రాజులందఱు నవమానితులై యుండసాహసలాంఛనుని వివాహమహోత్సవ మత్యుచ్ఛ్రియముగా జరగెను. రాజకన్యాస్నేహంబును సౌభాగ్యవర్తికలును నశించి మనోరథదీపములు చల్లాఱిన రాజులమొగములు కాలిపోయిన ప్రమిదెలవలె నుండెను. విక్రమాంకుని కంకపత్రములు సమరాంగణమందు సహింపవనికాని వైలక్ష్యము వహించిన యారాజులు చేయఁదలఁపని యక్రమమే లేదు. మ్లానమనోరథులై రాజులందఱు వచ్చినదారినిఁ బోయినవెనుక దైత్య జయముచే సంపాదించిన లక్ష్మితో మురారివలె నా చంద్రలేఖతో విక్రమాంకదేవుఁడు కూడుకొనియెను. ఆ సన్నుతాంగియు నెమ్మదిగ సద్గుణములచేఁ బ్రియుని మనస్సునందుఁ బ్రవేశించి యితర కాంతలకుఁ జోటీయకుండ నాప్రదేశమంతయునావరించుకొనియెను. చంద్రలేఖాముఖచంద్రుఁడు కుంతలక్షోణిపాలుని హృదయమును జొచ్చినతోడనే యితరాంగనల ముఖపద్మములు సంకోచభయముచేతంబోలె వెల్వడినవి. వివిధోపచారములు చేయుటయందుఁ బ్రౌఢుఁడగు విక్రమాంకదేవునివలనఁ జంద్రలేఖయు నవోఢావ్రతము కొద్దిదినములలోనె సమాప్తినొందించెను. ఏభర్తయందు శీఘ్రకాలములో నవోఢ విశ్వాసమును వహింపదో యద్ది యామగని తెలివితక్కువగాని వేఱుకాదు.

పిదప మకరధ్వజుని శస్త్రాధికారియుఁ బికకంఠములకు సౌభాగ్యగురువును జంద్రకిరణంబులకు వైశద్యసంపాదకుండును రసరాజసామ్రా

జ్యమునకు మంత్రియు వృక్షములను జిత్రించుటకుఁ జిత్రకారుండును మాన ద్రుమములు పెకలించుటకు మత్తదంతియు నగు చైత్రుండాదంపతుల యం దనుగ్రహముచేతంబోలె మరలఁ గ్రొత్తవాఁడయ్యెను. స్మరపార్థివుని చేత ముజ్జగంబులు జయించుటకై సేనాధిపతిగాఁ జేయఁబడిన వసంతుఁడు దాతవలె సువర్ణపుష్పములు వర్షించెను. ఆకాలమునఁ బువులనుండిజాఱు కింజల్కపుంజములచేఁ బరిపింజరంబులగు దిక్కులయందు దివాభాగముల యందుఁగూడ నభిసారికలు బంగారునగలలంకరించుకొని యభిసరింప సాగిరి. బురదవంటి మకరందమునందుం దగుల్కొని కాళ్ళుకదపలేని షట్పదమును జూచి మధువ్రతి యాక్రందనమును సూచించు ధ్వనులతోఁ బిలువసాగెను. మధుపూరితమగు పువ్వులోఁదూఱి పరాగముచే రంధ్రము మూసి యొకతుమ్మెద యుండఁగాఁ దక్కుతుమ్మెద లితరమార్గమున నా మకరందమును ద్రావసాగినవి. ద్రవ్యమార్జించుకొనియుఁ దినలేనివారిగతి యిట్లేకదా! మలయగిరియుఁ జందనవృక్షములం జుట్టుకొనిన పాముల విషముచే నాయాసపడినభంగి బ్రభూతంబులగు దరీముఖంబుల నూర్పుచ్ఛ సాగెను. వియోగిసముదాయము గండుఁగోయిల పంచమస్వరంబునకు జడిసి దినమంతయు భూగృహంబుల దాఁగి యుండుటయుఁ జెవుడువచ్చిన బాగుండునని కోరుటయు మున్నగు పెక్కుపనులు చేసిరి. అనంగబాంధవుఁ డగు చైత్రుఁడు ఖండితలకు మతిభ్రంశము చేయఁబోలు. లేదేనిఁ దమకువిరుద్ధము లగుకోకిలకూజితముల నాక్రందనములచే నేలవిస్తరింపఁజేయుదురు. చాతుర్యమున నొకానొకఁ డెవ్వఁడేని మన్మథబాణముల బారినుండి వెడలెనో, వాఁడు తప్పక కోకిలకంఠయంత్రమునుండి వెడలు పంచమ స్వరమునకు లోఁబడకుండలేకపోయెను.

ఇట్టిసమయంబునఁ గుంతలనరేంద్రుఁడును జంద్రలేఖం బరిగ్రహించి చిత్రంబులగు లీలోద్యానంబులందుఁ గ్రీడించుటకై వెడలి యా మృగేక్షణ నిట్టటు సస్పృహముగాఁ జూచుచు వెడవింటిసరిమ్రోఁతయని భ్రాంతికలుగఁజేయు స్వరముతో "సుగాత్రి! యీ చైత్రము నీనేత్రముల

కానందప్రదముగా నున్నదా ! ఇది రతికి జన్మభూమిసుమీ ! దీని సంపద చేతను నీశరీరసౌందర్యము చేతను మన్మథుఁ డౌడలు తెలియక పొగరు కొని యున్నాఁడు. ఈ వసంతుని సేనాసమూహమును జూడుము. మదన మహారాజు దీనికన్నిటికి నితని నధిపతినిగాఁ జేసెను. నీకటాక్షములు చిలికి యీ యుద్యానస్థలినిఁ గృతార్థురాలిం జేయుము. మధువ్రతారావ మను నెపంబునఁ జైత్రుఁడు మదనవిలాసరాజధానివగునీకుశలమడుగుచున్నాఁడు. నీవు లాస్యము చూడవచ్చితివను కుతూహలంబున లతాపురంధ్రులు లీలా వనరంగమునం దాడుచు నీకుఁ బుష్పాంజలి యిచ్చుచున్నవి. అన్నిచెట్లలో నీపాదముచేఁ దన్నఁబడు నీయశోకవృక్షమే ధన్యమైనది. మృగాక్షు లెవ్వ నితోఁ గూడ నీయశోకవృక్షముక్రిందఁ గ్రీడింతురో వారిపై మన్మథుఁడు దయగలవాఁడు. పాదపజాతియందు వకుళద్రుమమువంటి యరోచకపు వృక్షము మఱొండులేదు. కాదేని పుష్పవికాస హేతువగు నీవసంతర్తువు నందుఁ గూడ నీగండూషమును గోరునా ! ఒకచోటఁ బురారి కోపపడి మన్మథునిఁ దగులఁబెట్టిన నీవసంతసంపద నీవలెనే యడుగడుగునకు వేల కొలఁది మన్మథులను బుట్టించుచున్నది. నీమైదీవ పుష్పించిన విలాసపుష్ప ములఁ జూచి సిగ్గుపడి మన్మథుఁ డింతకుమున్ను వసంతునియొద్ద దాఁచిన పుష్పాస్త్రములను బ్రయోగించుట కిష్టపడఁడు. మధువాసించిగిన గుణము వహించి మనస్వినుల మానభేదముఁ జేయంజాలుచున్న పుష్పమందును మన్మథచాపమునందును శిలీముఖశ్రేణి సంగమును వహించుచున్నది. సంగీతవిద్య యందాఱితేఱిన నీయెదుటికిఁ దనయంతేవాసియగు గండుం గోయిలను బంపించి పంచమరాగమును బాడించి నిన్నానందపఱచుచున్న మధుమాసలక్ష్మి గౌరవ మభినందింపుము. భస్మీకృతుఁడైన వానిని గం టికిఁ గనఁబఱచిన మధులక్ష్మి చేతను సంపూర్ణావయవునిగాఁ జేసిననీ చేతను మదనుఁడు సనాదుఁడగు చున్నాఁడు.'' అని కర్ణరసాయన ములు సరసములునగు సూక్తులచేత ధార్యకర్ణా వతంసమును బున రుక్తముగాఁ జేసి కుంతలచక్రవర్తి యా లోలేక్షణను విలాస డోలపై కెక్కించెను. ముంగురులు కదలఁ గన్బొమ లదర నేత్రాబ్జములు

బెదర నుయ్యాల యూఁగుచున్న యాయొయ్యారి మొగమును మదనుండు శరటంకములచేఁ దొలిచిన యారాజదేవేంద్రునిహృదయమునం దతికెను. త్రిలోకవీరుఁ డగు నారాజవీరుని జయించుటకై మన్మధున కారాజాంగన యుయ్యేల పాట యొకటియు విలాసదృష్టి యొకటియు నూపురారవ మొకటియు శస్త్రములయ్యెను నితంబభారముచేఁ గ్రిక్కిఱిసియున్న యుయ్యేల పీఁటతో నూఁగునపుడు దోలారజ్జువులవలనఁ బొడము ధ్వనిలో తనశింజినీనాదమును మాటుపఱచి పుష్పబాణుఁ డా నరేంద్రుని వేధింపసాగెను. ఆపృధివీభుజంగుఁడు స్వయముగా వల్లభ నుయ్యాలయూఁచుటవలన నితరాంగనాసౌభాగ్యగుణము తెగిపోయెను. దోలావిలోలయగు లోలలోచన మొగముతోడి సఖ్యమును గోరి గతాగతము లొనరించు నరపాలునిదృష్టి కాకాక్షియూఁపునకు రెండు క్రోసులనదక సంభవించెను. ఇట్లుయ్యాల యూఁగి క్షణకాలము ప్రియుని తొడమీఁదఁ గూర్చుండి పరిశ్రమము వాపుకొన్న యా చంద్రలేఖ వసంతలక్ష్మి సౌందర్యమును జూచుటకాసపడి పుష్పాపచయంబునకై వెడలెను.

కుంతలదేవేంద్రుండును బుష్పాపచయముచేయు భార్యను భ్రూసంజ్ఞచేతనే వనమంతయుఁ ద్రిప్పెను. పతిప్రసాద ముత్సాహకారణము గదా! లెక్కలేని పూవులున్నను మదనుఁ డైదుపూవులే బాణములనుగా గ్రహించెననుకోపమునంబోలె నామె పువ్వు లన్నియుఁ గోయసాగెను. చిట్టచివర కొమ్మలమీఁది పూవులు గోయుటకై యారాజపురంధ్రి యెక్కినపుడు వకుళవృక్షము నితంబభారముచేఁ బడునేమోయను భయముచేతంబోలె వడఁకెను. ఒక లత పుష్పములుకోయుటకై వంచినపుడు పరాగముచే నాదేవికనులు నిండించిన సమయమం దింకొకలత నృపాలింగనసౌఖ్య మనుభవించెను. అదృష్టము వచ్చినపుడు ప్రతిబంధకము లుండవుగదా! ఒకకాంత గర్తచేఁ జెట్టెక్కింపఁ బడియు నితంబభారముచే నసమర్థురాలై స్కంధమునుండి కాళ్ళుజాఱి క్రిందకుఁ బడెను. పైకెక్కి పువ్వులురాల్చుటకై కొమ్మలాడించుచున్న కొమ్మలు నితంబభారముచేఁ గ్రిందఁబడుదురని యూహించి

చెట్లన్నియు లఘుత్వము కొఱకై నిజోత్తమాంగమునుండి పుష్పభారమును వదలసాగినవి. పూవులుకోసి క్రిందకు దిగిన నితంబవతులంజూచి కేళి ద్రుమము లన్నియుఁ గ్రిందఁబడఁ ద్రోయ కుండ మనకు మాఱు డక్కెఁగదా యని తలయెత్తసాగినవి. పుష్పాడిచేతను జెమ్మటచేతను శరీరమం దంతట బురదవారిన యాకాంతల దేహముల న్నిలువ లేక రతిపతి కరినములై యున్నతములైన వారికుచమండలములమీఁదఁగూర్చుం డెను. పుష్పపరాగముచే నాభీభాగములు పూడిపోవుటచేతఁ గాంతలమధ్య ప్రదేశము కందర్పుఁడు విలాసగమనము సేయుటకై యుపయోగించెను. రాజకాంత లెల్లరుఁ దమకాహారమగు మకరందముగల పువ్వులు కోయుట చేత యుద్ధమునకు వెడలెనోయనఁదుమ్మెదలగుంపు జుమ్మనికోలాహలము చేయసాగెను. ఒకయువిదక్రీడామిషంబున సపత్ని కనులలోఁబరాగముఁ జల్లి ప్రియునిచే ముద్దు పెట్టించుకొనియెను. నేర్పుగలవారి కసాధ్య మగుకార్య మేమున్నది. ఒకకాంతకోపగించుటకుఁ దగినకారణము వెదకు తలంపుతోఁ దనసవతుల బాహుమూలములు నఖక్షతాంకితములైనవేమోయని బరీక్షించుచుఁ బువులకోయుటయందైన నభిలాష పడకపోయెను. మఱియొకనాతి భర్తచేవంచి చేతికందింపఁబడిన కొమ్మను బట్టుకొనినంత మాత్రమున నది దాని నితంబ భారముచేఁ బెటుక్కునవిఱిగిపోయెను. దానిచే సవతులమనంబులును విఱిగిపోయినవి. ఇంకొకర్తుక భర్తతనచెవిలో నొకపల్లవముఁ బెట్టి యవతంసముగాఁ జేసినంతమాత్రముననే యితరకాంతలను గడ్డిపఱకకంటె నీచముగాఁజూడసాగెను. స్త్రీలకుభర్తృప్రసాదముమదిరాపానముకంటె వేయిమడుంగులుమదమునుగలుగఁజేయును.పుష్పపరాగముకాంతలందఱికిని నేత్రావరోధము కలుగఁజేసిన యాకాలమున మదనుఁడు గుఱితప్పకుండదగ్గరకే వచ్చినిరర్గళముగానామదవతులను దాడింపసాగెను.పొదలోనున్నకోఁతిచేఁబైఁటకొంగు లాగఁబడిన యొకగోతి భయమును నటించుచు వచ్చిభర్తను గౌఁగిలించుకొనుట సపత్నిసముదాయమున కసూయాహేతువు కాకపోయెను. ఒకర్తు కొమ్మవంచి శ్రోణీభారముచే నది భగ్నమగుట వలన దొరలివచ్చి భర్తపైఁ బడెను గాని యాపడుటమాత్రము సవతు

ఖికుఁ గిన్కపుట్టించెను. భూనాయకుండును నొకపొలఁతి ధమ్మిల్లము నందుఁ జంపకపుష్పములు బంధించెను గాని యవి తక్కెనకాంతల చిత్తములందు మానము బంధించుట యయ్యెను. పరాగపరంపరచే నిండియున్న యాయండజయాన లందఱును మదనుఁడు తన ప్రతాప నాటక మాడింప వేసములు వేయించిన నర్తకాంగనలవలెను మన్మథ ప్రళయవారిదము కురిసిన శస్త్రవర్షధారవలెను జెలువారిరి. ఝుమ్మని కూయుచుఁ గాంతలవెనువెంటఁదగిలిన చంచరీకములు వారుచేసిన పుష్పాప చయాపరాధమును గోత్రగురువగు మదనకుఁ దెల్పుచున్నట్లుండెను. కింజల్కమండలముచే నిండియున్న యొడలునిండఁ జెమ్మటపట్టిన ముద్దు గుమ్మల శరీరములు కరఁగుచున్న పదాఱువన్నె బంగరువలె మెఱయ సాగెను. కొందఱు మందయానలు బాల్యమునఁ గందుకక్రీడాపరిశ్రమము చేసిన కౌశలము నిట్టట్టు లెగురుచున్న తుమ్మెదను గరవారిజమునఁ గొట్టఁగలుగుటచే సార్ధకపఱచుకొనిరి. ఒక తుమ్మెద ముఖమునుండి పాఱఁద్రోలినఁ జేతిపద్మమునందును, జేతికమ్మినుండి తోలిన ముఖము నందును వాలుచు నొకకాంత నాయాసపఱచెను. స్వార్థపరాయణులకు సిగ్గుండదుకదా !

పిదప హంసలచేఁ బిలువఁబడిరో యన, సౌందర్యముచే నాకర్షింపఁబడిరో యనఁ బూఁబోఁడు లందఱు వనకేళి పరిశ్రమము వాపుకొనుటకై లీలాసరోవరము చెంతకుఁ జేరిరి. కుచములబరువే తలపెట్టెదవుగాని నడుము తేలికతలపెట్టవేమని పుడమినోదార్చు చున్నవోయనఁ గాంతల గజ్జెలు మొరయసాగెను. నడచుచున్నపుడు కుచౌన్నత్యముచేత నొక్కకాంతకును బుడమి కన్పడుటయేలేదు కాని వారియడుగు తులాకోటిరవాకృష్టములగురాయంచలమీఁదఁ బడకుండుట నాహంసల పూర్వపుణ్యమే కారణమని నుడువవలయును. హిమశీతలములగు నిట్టూర్పు తెమ్మెరలు సేవించుటకుం బోలె ముఖాగ్రమును ముద్దుగొనుచున్న కుచాగ్రములతోఁ దను, నెండవేఁడిమి మీఁగాళ్ళకుఁ దగులకుండఁ గాపాడు జీరాడుకుచ్చెలల

తోడను గండస్థలములయందలి స్వేదజలమునుదమవలనఁ బొడము గాలిచే నపనయించు చలకర్ణపూరములతోడను వలపులుపుట్టించు కులుకులాఁడుల తోఁగూడఁ జాలుక్యనృపాలకుండు కరిణీబృందముతోఁ గూడిన మత్తకరి ననుకరించుచుఁ బూచిన తామరతీఁగలచేఁ గలకలలాడుచున్న లీలాసరో వరముం బ్రవేశించెను. స్త్రీలపాతెలిలమీఁది లత్తుకపూఁతయుఁ గన్నుల మీఁది కాటుకయుఁ దగిలి రక్తాంబుజంబులు నీలోత్పలంబులు, నీలోత్ప లంబులు రక్తాంబుజంబులు నగు విపరీతకార్యమొకటి ప్రవేశించిన వెంటనే పుట్టెను. పిమ్మట విలాసయుద్ధము మొదలిడి యువిద లందఱును సరోజ ములను నిర్మూలముగావించిరి ఇట్టి వైపరీత్యమురాకుండ మునుముందె బుద్ధిమంతురాలు గావునఁ బద్మనివాసిని యగు లక్ష్మి చాలుక్యనృపాలు నాశ్రయించెను. పైకెగురుచున్న శీకరములు చూచిన సరస్సు భూపాల పురంధ్రుల కాళ్ళు కడిగి శిరమునఁజల్లుకొనుచున్నదో యన్నట్లు కనఁ బడెను. తనబిడ్డలగు సరోజములను దిరస్కరించు కాంతల పాదము లకుంగల నిసర్గకాంతి యెట్టిదో పరీక్షించుటకుంబోలె సరోవరము వారి యడుగులయందుఁ గించిత్తైన లాక్షారాగము లేకుండునటుల శుభ్రప ఱచెను. ప్రమాదమున లోతునీఁటిలోఁబడి మునిఁగి పోవుచున్న యొక యన్ను నుద్ధరించిన భర్తంజూచి కొందఱు దానిసవతులు సంభ్రమపడిరి. కొందఱసూయపడిరి. కామినీవదనములచే సిరి యపహరింపఁ బడినసరోజ గృహములందు బాటసారులవలెబూడిదబ్రుంగుడువడు తుమ్మెదలునివాసము చేయసాగినవి. తుమ్మెదలకుఁ జలిపందిరులగు తామరపూవులయందున్న సిరి యందముగల రాజసుందరుల ముందఱఁ బ్రపాపాలికవలెఁ దనరెను. చాప ల్యాళ్ళవంటి కాంతానితంబముల తాఁకునఁ బొంగుచున్న తటాకముఁ జూడఁ గామినీశరీరలావణ్యప్రవాహము కొంత యందుఁ గలయుచున్నదేమో యని యూహపుట్టఁజొచ్చెను. కుంభికుంభములఁబోలు కామినీకుచద్వ యముపైఁ జిమ్మనగ్రోవిచేఁ బ్రియుఁడు ప్రయోగించిన యుదకధార దర్పకుఁడు విడిచిన బాణువలెఁ జూపట్టెను. చెదరి ముంగురులపైఁ బడిన జలబిందువులు ముత్యాల ననుకరించెను. నరనాథుఁ డొకకాంతమైఁదీఁగెపై

సిరుచల్ల వేతాకకామిని యసూయలత చిగిరించెను. ఈగతిఁ గొంతతడవు జలకేళిఁగావించి యాహవమల్లదేవకుమారుఁ డువిదలతో నొడ్డెక్కెను. కార్యమెంత రమ్యమైనదైన నతిప్రసంగము గావించిన రసభంగమగును గదా! కాటుకలేని కందోయితో లత్తుకలేని పాదములతోఁ గుంకుమ పూఁతలేని చందోయితో నెఱుపువాసిన పెదవులతోఁ జందనములేని మేనులతో నున్న యాతలోదరుల సహజావయవసౌందర్య మా భూపాలుని కన్నులకుఁ బండువయ్యెను. జలకేళివేళఁ దలనిండఁ బడిన జలబిందువులు పూవులుముడిచినట్లుండెను. మదనుని స్నానగృహమువలెఁ గుచతటము చల్లఁబడెను. ఆ సన్నుతాంగులకును సహజావయవసౌందర్యమునందును బరిష్కృతావయవరామణీయకమునందును గల భేదము తేటపడియెను. వారందఱు వలువలు ధరించుకొని శరీరము లలంకరించుకొనిన పిదప మరలఁ బుష్పచాపుఁ డాచాలుక్యనరేంద్రునిపై విరితూపులు విడువ నారంభించెను.

ఇది దశమసర్గము

ఏకాదశసర్గము

★

అంతట స్నానమువలనఁ బోఁగా మిగిలిన కుంకుమవల్లననెఱ్ఱఁబడిన రాజకాంతలం దాఁకుట చేతనో యన సూర్యుని కిరణము లెఱ్ఱఁబడినవి. ఉదయించినది మొదలు పద్మినీ కంటకములచే క్షతపాదుఁడై నడువలేక పశ్చిమ సముద్ర తీరమునకుం బోవుటకై యపరాద్రిస్కంధమునెక్కి యాకాశముం బట్టుకొని సముద్రమున మునుఁగఁబోవుచున్న దినకరుని కాంతి పొట్టుచెరిగిన గోధుమనూకవంటి దయ్యెను. కాంతిని బాయుటంజేసి రత్నాకరములోని రత్నముల నడిగి తెచ్చుకొనుటకై సూర్యుఁడు సముద్రమున మునుఁగు చున్నాఁడని నేను తలంచెదను. ఉన్నత పదమునుండి పడినచో మహాత్ములకైనను వెనుకటితేజము నిలువదు. చక్రవాకము

నోటఁ గఱచుకొనిన తామరతూఁటి దారములు చూచిన విరహమునకు భయంపడు భార్యమెడ కుఱివేయఁదలఁచుచున్నదో యనున ట్లగపడెను. దయితావియోగమునకు జడిసి రథాంగమేడ్వసాగెను. నోటనుండి జాఱి పోయిన తామరతూఁడే యెఱుఁగకపోయెను. దొరలసాగెను. చండకిరణుఁడై పవలంతయు వెలింగిన సూర్యునికాంతికిఁ బొడుగుపాటిచెట్ల చిట్టచివర కొమ్మలమీఁదను గిరిమస్తకములమీఁదను గృహశిఖరములమీఁదను దునుకతునుకలై పడుదురవస్థ కాలచండాలుని వలనఁగలిగెను. 'దేవేంద్రునకూరకే యొక యశ్వరత్నము నిచ్చెఁగదా! నాకు గుఱ్ఱమునకు బదులు గుఱ్ఱమైననొసఁగఁడా!' యను నాసతో భాస్కరుఁడు తనగుఱ్ఱమును మార్పఁదలంచి యోయన సముద్రము బ్రవేశించెను. రాగము బైటఁబడఁ ద్రియామూర్తియగు సూర్యుఁ డపరదిగ్వనితమొగము ముద్దువెట్టుకోఁగాఁ జూడలేక సరోజనేత్రములు మూసికొనుట తప్పఁబాపమా పద్మినీకాంత యేమిచేయఁగలదు! ఆకసమందు నడచినడచి యాయాసపడిన తన వారువములకొకింత మదిరారసముఁ ద్రాగించి యాపరిశ్రమముఁ బాపుటకుంబోలె వారుణీప్రభవమగు సంద్రముంజేరిన భాస్కరుని ప్రతిబింబము పాపరాపాన్పుమీఁదఁ బవ్వళించిన లక్ష్మీపతి ఱొమ్ముమీఁది కౌస్తుభమువలెఁ దనరారెను. మున్నీటినీటిలోఁ దిరుగుటకు భయపడు తన ఘోట్టాణంబుల కన్నులకుఁ గటికిచీఁకటి చిప్పలు కట్టుటకుంబోలె దినకరుఁ డాతపమును నామావశిష్టముఁ గావించెను. బ్రహ్మదేవుఁడు సూర్యుఁడను త్రిభువనాంగణ దీపమార్పిన వెంటనే వెడలు పొగయోయనఁ జీఁకటి నలుదెసల నాక్రమించెను. నిండఁ జమురున్న కడలియను ప్రమిదయందు వెలుఁగు రత్నదీపము లార్పుటకుంబోవుట పతంగధర్మమేకదా! సముద్రతీరము నందలి ముత్తెపుఁజిప్పలు భాస్కరతురంగమఖురక్షుణ్ణంబులుకాఁగా నందుండి వెడలిన ముత్తెములోయన నచ్చటచ్చట నొకటి రెండు మూఁడు నక్షత్రములు వెలుఁగసాగెను. పద్మకోటర కుటీరములయందున్న కబంధములుచూచి భీతిల్లిపాఱిపోయినతుమ్మెదగుంపులవలెఁ దనరుచు నిరంకుశముగా వ్యాపించి కటికిచీఁకటి సమస్తజనులకు నేత్రావరోధముఁ గావించెను.

భువనమునంతయు నింద్రనీలమణికుట్టితమోయన నంజన పుంజపీడితమోయన జలరాశితరంగ ప్లావితమోయనఁ జేయుచు నంతఃపుర కాంతల లలాటముల యందును జూర్ణకుంతలవ్యాజంబున వ్యాపించుచు వారి తల వెండ్రుకల నైల్యముచే మఱింత ఘనీభూతమై సర్వేంద్రియ వ్యాపారములును నశింపఁజేయుటకై కంకణముఁ గట్టుకొనిన చీఁకటికొక త్వగింద్రియము మాత్రము ప్రతికూలమైయుండెను. తుంటవిల్కాని ప్రభావముచే నభిసారికాంగనల నేత్రేంద్రియములుకూడ ప్రతికూలములే యయ్యెను. కుసుమతల్పంబులయందు శయనించి క్రీడించు కాముకులలో మగఁడుగాని మగువగాని పొల యల్కనొకింత మార్మొగమైనంతనే మరలఁగన్పడుట దుర్లభమయ్యెను. తరువాత పడమటికొండపైఁ బడునపుడు దెబ్బలుతగులునని భయపడి పాఱిపోయిన రవి కిరణాంకురములోయన నచ్చటచ్చట వెలిఁగింపఁబడిన రథ్యాదీపములచేఁ గొంత కొంత తిమిరమే తగ్గిపోసాగెను, గాని ప్రియసంగమమునకై యభిసరించు వ్యభిచారిణుల పూత్కారములాదీపములఁగొన్నిటి నార్పకున్నచోఁ జీఁకటియంతయు మాయము కావలసినదే. ఆహా తియ్యవిల్కాని చాతుర్యము! అయ్యారే తియ్యంబోఁడుల చాపల్యము! ఒకతె చాఁకలిదాని వేసముతో నొక గాడిదను దఱుముకొని పోవుచు జనుల కన్నులకు గంతలుకట్టి యభిసారికయై వ్యభిచరింపఁ బోయెను. పువుతూపులవజీరెవ్వని మాయచేయలేఁడు! మఱియొకర్తె చెలికత్తెతోఁగూడఁ జేతనొక దీపముఁదాల్చి విటగేహమునకు రాజమార్గముననే పోయెను. మన్మధుని మాయోపాయము లత్యద్భుతములు! తరువాత పురందరపాలితయగు దిక్కాంత పండిన తెల్లపూవువంటి దేహముతోఁ జందమామచూలు పరిపక్వము కాఁగఁ బ్రసవవేదన పడసాగెను. పిమ్మట దేవేంద్రునివంటి పెంపుడుచకోరములు తినఁగా మిగిలిన ముదిరిన మొగలి పుప్పొడివంటి కాంతి పూర్వాద్రిపర్యంతారణ్యముల యందుం బ్రసరించెను. పదంపడి శిఖరమునుండి కొంచెము పైకి వెడలిన యుడుపతివలనఁ బూర్వాద్రి మొగము కనుబొమ్మలనడుమ మంచిగంధపుఁజుక్కబొట్టు కలదిగాఁ బ్రకాశించెను. తదనంతరము బాలచంద్రుఁడు పాటలవర్ణముకల చీఁకటిచేఁ

బూర్వాద్రియందలి జేగురుఱాళ్ళ బూడిదచే గ్రుంగుడువడిన వడువునఁ దన రారెను. చంద్రుఁడు పాటలచ్ఛవితో నుదయించిన తన్నుంజూచి సూర్యుఁ డనుకొని పద్మిని ప్రేమించు ననుకొనియెంగాని పతివ్రతయగు నామెకడ నా పనికిమాలిన నేఁతలు పనికిరావయ్యెను. విధుకిరణములచేఁ దర్జింపఁ బడిన చీఁకటియంతయుఁ బర్వతగుహలయందును మానినీజనమనంబుల యందును బ్రవేశించెను. పూర్వవేలావనాంతములనిండ రాలియున్న నల్ల తాటిపండ్లు జాబిల్లి వెలుంగుకత్తులచే నఱకఁబడిన చీఁకటి తలకాయలవలె నలరారెను. తినుటకు వచ్చిన చకోరపురంధ్రుల యరుణనయనాంచలంబులచే రంజింపఁజేయఁ బడినవోయనఁ జంద్రమయూఖములు రక్తకంబలముల పగిది వెలుఁగసాగెను. పిదపఁ బూర్వదిశాతిలకబిందు వగు నిందుఁడు మానవతుల తెలికన్నీటివఱదలచేతం గడుగఁబడినవాఁడుంబోలె నుదయరాగమంతయుఁ బాసి తెల్లఁబడి "నావెలుఁగు సమస్తజగద్రమణీయముకదా! స స్నేకాంతవలవ" దను గర్వంబునంబోలె నిద్రఁబోవు కుముదినీకాంతకుఁ బాదములపైగిలిగింతఁగొలిపి లేపెను. వెండియద్దమువలె స్వచ్ఛమైన చంద్రమండలమునందుఁ బ్రతిఫలించిన గగనప్రతిబింబ చ్ఛాయయోయనఁ గళంకమొకటి కానవయ్యెను. కరఁగింపఁబడిన చద్రికాంతశైలములనుండి వెడలిన పయఃపూరము చంద్రికారూపమున జగమంతయు నిండి ప్రమదల హాలయుల్కాబరదనుగూడఁ దోసివేసెను. లోకమంతయు మొగలిపూఱేకులచే నేయఁబడిన చాఁపచే నలంకరింపఁబడినట్లుండెను. సహజ శీతలంబులగు రేవెలుంగు వెల్లికలు కాంతిచేతను గుణముచేతను చందనలేపముకన్న మిన్నలై సమస్తప్రజల నానందపఱచసాగెను. ప్రియుల నెడఁబాసిన మగువలందఱును జెలికత్తియల కాళ్ళపైఁబడి "ఓ చెలులారా! యీ చంద్రికాపయఃపూరమును జెంబులతోఁదోడి యెచ్చటనైనఁ బాఱఁబోయుఁ" డని బతిమాలఁ జొచ్చిరి. ఒక యుగ్మలి వెన్నెలలు బాధింపకమున్న ప్రణయకలహము వదలి ప్రియునింటికిం బోవుటచే దానికెదురుగా వచ్చిన మలయమారుతము వలని లాఘవముఁగూడ లేకపోయెను. ఈ పగిదిఁ బూవిల్కానికిఁ జుట్టంబగు తారానాథుఁడు బాల్యము దాఁటి ప్రబలినతరువాత

విక్రమాంకదేవుఁడు కృతాలంకారలగు మగువలనెల్లఁ బానకేళికొఱకై పిలిపించెను. చిలుకతేజీదారయంప సామును విభ్రమద్విరదంబునకు బంధనభూమియు నగు పానోద్యోగము కుంతలక్షితిపాలవల్లభలకుఁగూడ విజృంభించెను. బోదులు కట్టి పెంచిన యనురాగ లతలోయన బంగారుగిన్నెలతో మధుధారలు తెచ్చి యాయత్తపఱచిరి. రత్నమయంబులగు గిన్నెలలోఁ బోసియుంచిన మద్యము రాజదారల ముఖచుంబనము సేయుటకు జడిసినదోయనఁ గదలఁదొడఁగెను. ఆకుంతలక్షితి పతికాంత లుపయోగించు మద్యములో మదనుండు జగమంతయు లోఁగొనుటకై సిద్ధముగావించిన చూర్ణమోయననగుకర్పూరపరాగముగూడఁ గలిపిరి. విశదమైనసీధురసముచే నిండింపఁబడినబంగరుగిన్నెలలోఁ బ్రతిఫలించినచంద్రమండలము లోపలకు జాఱిపోయిన పటికపుటాకుమూఁతవలెఁ గన్పడెను. మద్యసౌరభమునకై పైపైనఁ దిరుగు తుమ్మెదమూఁకలు మద్యమునుండి యావిరిపొగవలె నెగడసాగెను. పిదపఁ బ్రమదలందఱును జేతులతో గిన్నెలెత్తి ధార యధరదళములమీఁదం బడునట్లు కడుపునిండఁ గ్రోలిరి. ఆప్రమదల వదనములయందుఁ బ్రవేశించు మదిరాధార దంతకాంతులచేఁ దెల్లవడుటం జేసి 'మదనకీర్తిలత ననుకరింపఁజొచ్చెను. ప్రాంతములయం దెఱ్ఱఁబడిన కపోలతలంబులును దప్పుతప్పుమాటలును గల యాలలనల మొగములే యాకుంతలేంద్రునకు మదనాస్త్రము లయ్యెను. దర్పకుండు సురలోఁ బ్రవేశించెను. ఆసుర కాంతల మొగములందుఁ జేరెను. ఆమొగములు రాజుహృదయము నలంకరించెను. ఆహృదయ మనురాగపయోనిధిలో మునిఁగిపోయెను. "ఓచంద్రుఁడా! యేల మామధుపాత్రిలలోఁ బ్రతిఫలించెదవు. కుంతలనాథు నెఱుఁగవా యేమి! మీరోహిణీదేవినిఁ దలపెండ్రుకలు లేనిదానిఁగాఁ జేయించెదఁ జుమీ! నేను కుముదిని ననుకొంటివేమో! కానుకాను. నాసురాభాండమున కభిముఖముగా రాకుము. రోహిణీదేవి కంటికాటుకమచ్చయగు నీకళంకముఁజూచిన మాకు సిగ్గగుచున్నది. నీకు సిగ్గులేదా! నీయందు మానవతులకుఁ గులశత్రువ వను దోషమొకటి యింతకుమున్నె కలదు. ద్విజరాజవయ్యును నామధుపాత్రి

జోలికి వచ్చితివా! యిది రెండవతప్పగును. ఈ యపరాధముగూడఁ గావించితివేని నీ కుసుఖులు దక్కవుసుమీ! ఈమద్యముతోఁ గలపి నిన్నుఁగూడ మ్రింగివైచెదను. కావున దీనిదగ్గఱకు రాకుము. ఇప్పటి మారాజుకోపమునకును నప్పటి రోహిణి కోపమునకుఁగూడఁ బాత్రుఁడ వగుదువు. మాగుంపులో దేనినో కామించి వచ్చుచున్నావు కాఁబోలు మానహీనుఁడా! మాకుఁ దెలిసినది, లేదేని నీకీ క్షయరోగమెట్లు సంభవించినది. నీవిట్టిచాపల్యము కలవాఁడవగుటనే ప్రతిదినము గగనసీమ నుండి సముద్రములోనికిఁ ద్రోసివేయఁ బడుచున్నావు. లేదేని చల్లని వాఁడవు, నీయం దేమి దోష మున్నది? నీయం దితరస్త్రీలంపటుఁడ వను ననుమానము నీభార్యలకుఁ గలదు కాఁబోలు. కాదేని మధుపాత్రికలోఁ బ్రతిబింబించిన నిన్ను నీదారలు తారలనుసరించునా! నిన్నెవ్వతెయో రమ్మని యాశవెట్టుచున్నదా యేమి! ప్రతిరాత్రియందును బశ్చిమదిక్కు-వైపున కరుగుచున్నావు. మదిరతోఁగూడ లోనికిం బోయి హృదయమందున్న మాప్రాణనాథునకు నీకాలుష్యమేల యంటించెదవు. అతఁడు మిగుల నిర్మలమయినవాఁడు. నీయంకమందున్న కళంకమునే నీవెఱుఁగకున్నావు. కావున నామద్యచషకమునం జొరకుము. వాయువుచేఁ జంచలంబగు నామద్యములోఁ గొంతసేపు కన్పడకున్నావు, దేనినైన వెదకుచున్నావాయేమి! యేకాంతయేని నిన్ను సంకేతమునకు రమ్మనియెనా యేమి! ఎంత కూర్మికలవాఁడ వైననేమి. నీచే దివి వంచింపఁబడియె. రాత్రి తెల్లవాఱుదనుక రాత్రినే కనిపెట్టుకొని యుంటివి" అని పెక్కువితములఁ దప్పచుమాటలాడఁజొచ్చిరి. గండములయందలి యారుణ్యంబును నేత్రములయందలి వికారంబును కనుబొమలయందలి వక్రత్వంబును గనుఁగొన సురామదమె కాంతలకందఱ కకారణప్రణయకలహమును దెచ్చి పెట్టెను. ఈ ప్రకారముగా నరమోడ్పుగన్నుఁగవలతో నుదంచితవిలాసరసంబులతోఁ దుదయు మొదలులేని వికృతప్రలాపములుసేయు కాంతలాకుంతల నరేంద్రున కపరిమితానందముం గూర్చిరి. పిదపఁ దానును పానకేళి ననుభవించి కాంతల వికారములన్నియు నీక్షించి విక్రమాంక

నృపాలుఁడు చందలదేవియని పిలువఁబడు చంద్రరేఖతో శయనాగారముం జేరెను. ఏముగుద మదనునిఁ జిరాయువుని జేయఁదగినదో, యేకాంత యౌవనవృక్షమును బండించునో, యేతరుణి రాగజలనిధి తరచఁగాఁ బొడమిన యమృతమో యాచంద్రరేఖయందే యారాజదేవేంద్రుఁడు సురతోత్సవ మనుభవించెను. కేళికాగారమున నారాజదంపతుల కన్యోన్య ముఖ దర్శనమువలనఁ గలిగిన యానంద మింతని నిర్ణయించుటకుఁ దరముకాదు. మన్మథుఁడు త్రాసునఁ దూచియిచ్చిన గతి సమానాను రాగముప్పతిల్లెను. వారి యవ్యాజమనోహరమగు ప్రేమరసముఁ జూచు టయం దభిలాషపడినదోయన నిద్రాదేవియుఁ గనుఱెప్పల నాశ్రయింప దాయెను. అద్భుతవిలాసనిధానమై యందఱి యాత్మగల కూరిమికన్న గౌరవమువహించిన యన్యోన్యసమానానురాగమును బరీక్షించుటకుం బోలె మదనుఁడు వారిచిత్తములయందు నూఱుసారులు మానముదయింపఁ జేసెను. నిద్రయో మెలఁకువయో యెఱుఁగకుండ నిప్పగిది నా రాజదంపతు లనిర్వాచ్యానంద మనుభవించుచుండ నమృతరస ప్రవాహము కంటె మార్దవంబును మాధుర్యంబును గల జిలిబిలిపలుకులతో మాగధస్త్రీలు ప్రభాతమంగళగీతములు పాడ నారంభించిరి.

“రాజేంద్రా! రాత్రి తెల్లవాఱుచున్నది, నిద్రారసమును బరిత్యజించుము. ఆకాశవృక్షము పుష్పశూన్యమైనది. నేలరాలిన పువ్వులవలె నక్షత్రములు రెండవకాంతిని దాల్చుచున్నవి. కుసుమాయుధమిత్రమగు చంద్రుఁ డైదాఱు క్షణములకు సముద్రతీరసైకతములందుఁ దిరుగు రాజహంసము కాఁగలఁడు. లీలాశుకముల నోటనుండి శ్రుతిగలియని షడ్జస్వరమువంటి పలుకులు వెడలుచున్నవి. వెన్నెల దంతపుఁబెట్టెఁ బోలు చంద్రునియందే లీనమగుచున్నది. శీఘ్రకాలములోఁ బూర్వదిగ్వనితా ముఖాలంకార మగు సూర్యుఁ డుదయింపఁ గలఁడు; కావున నోచందలాదేవీ! తమ్మి తేకులఁబోలు లోచనములు వికసింపఁ జేయుము. కామినులకు మన్మథలేఖలు వ్రాయుటయం దుపయోగించి పసుమాస్త్రు

నకు బాణములకంటె నెక్కువ సాహాయ్యకంబుఁ గావించిన దీపములు
ధూళిధూసరితములగు కోడిపిట్టల జుట్లువలె రంగుమాయుచున్నవి; విరహ
వంతులగు స్త్రీపురుషులమీఁదికి దాడివెడలించిన మదనసేనకెల్ల నాయకుఁడై
సమస్త జగములకుఁ దాపనిర్వాపకమైన చంద్రికాప్రవాహమున కడ్డకట్ట
తీసి ప్రవహింపఁజేయుటయేకాక శృంగారరసంబునకుం బ్రాణాధారమైన
యమృతకరుఁడు ముదిరిన బూడిదగుమ్మడికాయవలెఁ దెల్లఁబడు
చున్నాఁడు! కొన్నిరాత్రులందనంగుని గొడ్డలివంటి యాకృతి వహించి
వహించి తుదకు రాత్రియనుకాంత నొసలిమీఁది చందనబిందువగు
చున్న చంద్రుఁడు సముద్రమందుమునుఁగుచున్నాఁడు. పరిచారికల
యెత్తిపొడుపుమాటలచే మఱింత సిగ్గుహెచ్చి ఖండిత లందఱు తలలు
వంచుకొని విచారించుచు నగలు త్రెంపుకొనునప్పటి సంపర్కమువలన
వాఁచిన గండస్థలములనుండి దిగజాఱు కన్నీటివఱదలచేఁ బడకటిల్లు
ముంచుసమయమైనది. మానద్విరదమున కంకుశంబులై విరహవతుల
కంఠములందుఁ బ్రసూనచాపుఁడు తగిల్చిన పాశంబులై చక్రవాకదంప
తుల రహస్యక్రీడావిశేషంబులకు సాక్షులై యేపుచెందిన చంద్రకిరణంబుల
కో జగతీ నాథా! కాలవశంబునం దామరతూఁటి దారములకంటెను
సూక్ష్మత్వమనుభవించు దుర్దశవచ్చినది. సుకవులకుఁగూడ గంభీరార్థ
ములతో ననుగుణద్రాక్షాదిపాకములతో సమంజసవృత్తులతోఁ గూడిన
పదగుంభమును దోఁపించు సారస్వతముహూర్తము దాయవచ్చిన
దో సుకవీశ్వరా! కుంతలరాజదేవేంద్ర! యవధానచిత్తమునం గవిత్వముఁ
జెప్పనారంభింపుము. మహారాజుల గృహప్రాంగణములయందు వైతము
లేని సంపదలను మదప్రవాహపంకమునం జూపించు గజాగారముల
యందలి సీభద్రగజములు కాళ్ళయందలి యినుపగొలుసులను గలగల
మ్రోగించుచుఁ బుప్పొడి తిప్పలమీఁదనుండి లేచుచున్నవి. మన్మథుని
యంపజాకులచేఁ గోయఁబడక చంద్రుని కరములచే విప్పఁబడక భర్తల
నమస్కారముకైన లోపడకయున్న మానవతుల పొలయలుకముళ్లు కుక్కు
టముల ఉవుడలనుండి నిశ్శంకముగా బ్లుతస్వరముతో వెడలిన కూకూ

రావంబులు వినినంతనే విడిపోయినవి. ఉదయగిరికి శిరోభూషణము కాఁబోవు సూర్యుఁడు తిమిరభారమంతయుఁ గలువలమీఁదఁ బడవేయుచున్నాఁడు. చకోరములు త్రాగఁగా మిగిలినకాంతితో శీతరోచి కడుగునీళ్లవంటి రంగుగలవాఁడై కృశించుచున్నాఁడు. ఒడలులేని దొరయానతి కడుగుదాఁటనివారి కుత్సాహముఁ గలిగించునవియు, మానవతీజనుల చిత్తమునం దదలుపుట్టించునవియు, మదనునిచేఁ బడుచువాండ్రను శిక్షించుటకై నియోగింపఁబడినవియు నగు ప్రాభాతికమందమారుతములు తిరుగుచున్నవి. ఆకసమునం దుభయతటము లొరసి ప్రవహించు రెండవ మందాకినియై భూమియందుఁ గొండలమీఁది గండోపలములయందు మంచిగందపు బురదయై తెలుఁగు నాఁటిపువుఁబోఁడుల నేత్రముల యందుంచుకొనఁబడిన దేవరకు లోకత్రయీ కాముకక్రీడకొఱకైన యోగచూర్ణమగు వెన్నెల నిద్ర వోవుచున్నది. దీపములు తమకాంతిని ఖండితాగండస్థలముల కప్పగించి వెల్లఁబడుచున్నవి: నెలఱాళ్లు తమనీరు వియోగవతుల కన్నుల కప్పగించి యెండిపోవుచున్నవి. మావటీనికిం జడిసి విచ్చలవిడి తిరుగు నైరావతంబు బారినుండి యతికష్టమున విడివడి వన్యగజములు క్షోభలేకుండ పిచ్చుకకుంటువే రక్షింపఁబడి కొంచె మఱచు పసమహిషంబుల యార్పులకుం జ్వరపడిన వేఁడివెలుఁగురాయని వారువంబులు పొడుపుఁగొండ మీఁది కెక్కుచున్నవి. చీఁకటిని తమగుహాలలో డాఁచిన యపరాధము వాయుటకై పర్వతములన్నియు రవి పాదములను శిరసావహించుచున్నవి. రవియు నభయమిచ్చువాఁడుంబోలె కరములు వాని శిరములయం దుంచుచున్నాఁడు. చంద్రుఁడను తెల్లఱాతిపలకయందు నూఱి వాఁడిచేసిన వెడవింటివాని తూపులైదు నేకాంతలమీఁదం బ్రయోగింపఁబడి మొక్కవోయెనో, కాళ్ళమీఁదఁబడిన భర్తృకర్ణపూరములైనను కార్యకారులు కాకపోయెనో యట్టి మానవతులు తమంతటఁ దాము గాఢాలింగన సౌఖ్యమును భర్తలకొసంగుచున్నారు.

ఇవియే రవితురంగములైనచో నివి యిచ్చటనుండఁగనే రవి యెట్లాకసంబున గతాగతములు సేయఁగలఁడను నూహంజేసి లోకులచే

రవితురంగములు కావని నిర్ధారణచేయఁబడిన నీ గుఱ్ఱములు మందురయందు లక్ష్మీమంగళమందుఘస్వరములఁబోలు హేషారవములచే నిద్రాపరిసమాప్తిం దెలుపుచున్నవి. రాక్షసులను జంపు రాచకొలమునకుం గూటస్థుఁడగుటంజేసి సముద్రమునకు బంధకుండును యమునాతాపీనదులకుఁ దండ్రియగుటంజేసి మామయు నగు దివాకరుఁ డప్పుడు జన్మించిన పసిబిడ్డనైతము కన్నెత్తిచూడఁదగిన దేహకాంతితో నుదయగిరియందుదయించుచున్నాఁడు. మానవపతులు కోపమున నెజ్జవదలి లేచిపోవుచుఁ గోడికూఁతవిని యెవరో తుమ్మిరనియో దగ్గిరనియో యొక యపశకునము నెపముగాఁ జేసికొని మరలఁ బ్రాణనాధుల పక్కలం బవళించుచున్నారు. ఈశ్వరుని లాలాటాగ్నిచే దహింపఁబడిన మదనునికొఱకై తేయించిన మంచిగంధపుముద్దయగు చంద్రుఁడు తేనె కలపిన గేదెపెరుగు వంటి కాంతితోఁ నస్తాద్రి మస్తకముపైఁ గన్పట్టుచున్నాఁడు.'' అని స్తుతిమాగధులు నుడివిన పద్యాలు విని సమస్తరాజులచేతను దనశాసనము మోయించుచున్న మదనమహారాజశాసనము మాత్రము శిరసావహించుచున్న విక్రమాంకదేవనృపాలుండు చందలాదేవికిఁ దలాడయగు భుజమును లాగికొనెను.

ఇది యేకాదశ సర్గము

ద్వాదశ సర్గము

★

ఇప్పగిదిఁ బెక్కుదినము లక్కుంతలేంద్రుం డత్తవారింట నిమషముగా నామనియామముగోముతోఁ గడపి పేఁడివెలుంగునాళ్ళ దొరసిన వెంటనే రాజధాని యగు కళ్యాణపురమునకు విచ్చేసెను. రాకరాక శరద్రాకాచంద్రునివలెఁ జిరకాలమునకు వచ్చిన యొడయనిరాక విన్న యప్పాటి యన్నుమిన్నలకుఁ గన్నులవిల్కాని యానతిచొప్పునఁ బెక్కు కూరిమిపైనము లిప్పగిది నుప్పతిల్లెను. మెడనుండి జాఱిన రతనంపుసలాక

గ్రుచ్చికొని నొప్పిపాఱుటంజేసి యది నేలమోపఁజాలక యొంటికాలనే వచ్చి చూచుచు నిలువంబడియున్న యొక లలనామణి నరేశ్వరారాధనము నకై యేకపాదతపోదీక్షఁ గైకొన్నయట్లగపడెను. మఱియొకకలువకంటి చెవిలోని కలువపువ్వొడి పడిన యొకకంటఁ గన్నీ రోడ్చుచు రెండవ కంటఁ గుంతలేందుర్విని మీఁదికూరిమి పిచ్చలించు జిలుఁగు గ్రీఁగంటి చూపులు గ్రుమ్మరించుచు నేకకాలంబునం గరుణశృంగార రసభావములు రెండు నభినయించు మదనసత్తికైవలెఁ జూపట్టెను. వేఱొకమచ్చెకంటి సోరణగండ్లలో వంగి తొంగితొంగి కనుంగొనుచుఁ జెఱకువిల్కాని చుఱుకుఁదూపులకుం గురియై యతని కోదండపాండిత్యమును వెల్లడిపఱిచెను ఒడలినిండఁ గుంకుమపూఁత పూసికొనిన యింకొకభాసురాంగి సవిలాసముగఁ జేతులు మింటికెత్తి రాజు నరయుచు రాగప్రవాహమునం దలమున్కలుగాఁగ మునిఁగియున్న నన్నుద్ధరింపు మని చేతు లందిచ్చుచున్నదో యన నూహింపఁ బడియెను. కొండొక యండజయాన "మదనా! యనద లగు నువిదలమీఁద నేల నీభుజశౌర్య మగపఱచెదవు. వాఁడె! శూరాగ్రణి యగు విక్రమాంకదేవుఁ డెదుట నున్నాఁ డతనిమీఁద నీమగంటిమి చూపింపుము. లేదా, సిగ్గువడి పాఱిపొమ్ము" అని బిగ్గరగా నుపన్యసించెను. ఒకతలోదరి విలోలమగు నరేంద్రలీలాతపత్రాంచలంబునం బొడమిన పయ్యెర ముమ్మరమగు చెమ్మటగ్రమ్మిన నెమ్మేనిపై నిసుమంత సోఁకినంతనే "హాయి హాయి" యనుచు నందఱుసుందరులలోఁ దన్నుఁ గృతార్థురాలింగాఁ దలపోసెను. పట్టపుటేనుఁగు నెక్కి యూరేఁగుఱేనితో సమానప్రతిపత్తి కన్పఱచుటకుంబోలె నొకమత్తద్విరదగామిని తానును గందర్పమత్తద్విరదము నెక్కెను, తనదెసకుంజూడక నిరాదరము సూచించిన రాజుపై నలుకచేతంబోలె భీతమృగాక్షి యోర్తు తలవంచుకొని తనమేనం గీలించిన వాలుందూపుఁ బెకలించు మని డెందమందున్న కందర్పుని వేఁడుకొనుచున్నట్లుండెను. మొలనూలి గంటలు మొఱయఁ, గంకణంబు లఱవ, నుఱువడిఁ బఱతెంచు నొకచెలువ నరేశ్వరుఁడు తన్నుం గన్నెత్తి చూచినంతమాత్రమునకే గఱువమున మెడఁ

త్రిప్పుకొనసాగెను. చెవినుండి జాఱి నిట్టూర్పు గాలిచే దూరముగా నెగురఁగొట్టఁబడిన తాడీవళము నేనిందఱలో నందగత్తెనని యొక మందయాన తెమ్మరకుం బెనకానిచే నంపిన శృంగారలేఖవలె నుండెను. సహజముగ మందయానను, బరువైన యీపిఱుందులకుఁ దోడీగంటల యొడ్డాణ మొకటియేల యని దానినొడ్డారించియే యొకర్తు చనుదెంచెను. మహారాజు ప్రక్కనున్న చంచలాదేవితో మాటలాడుటఁ గని యొక కోపన యంతకుముందతనిమీఁదికిం బఱపిన కటాక్షమును మార్గమధ్యము నుండియే మరలించెను. రాజునవలోకించు భాగ్యమబ్బఁజేసిన త్రోవను రక్తాంభోజములచేఁ బూజించెనో యన నొకమృగాక్షి నడచివచ్చినదారిలో నంటుకొన్న యడుగు పారాణిచిన్నంబు లూహింప బడెను. మహీపతిచే గిరుక్కున మెడద్రిప్పి కనుంగొఁబడిన పడఁతియొకతె విరివింటి జోదులకోరీసలాకలకు నొచ్చి నెఱకులుగాఁడ నేసిన లేటిముద్దరాలువలె మూర్ఛిల్లెను. ఒకచెఱుంగనీ విరసావేశముతోఁ గనుబొమ లాడించుచు నొకవరారోహ మదననర్తకునిఁ గ్రీగంటియాటసాలయం దాడింప సాగెను. తనయెడల రాజున కనురాగముఁగలిగింపఁ డనునలుకమెయి మదనుని భయపెట్టుచున్నదో యన నొక ర్తావలించుచుఁ జిట్టమిడిచెను. శోణాశ్మకల్పితంబగు గవాక్షంబున నిలువంబడిన సితాంశువర్ణయగు నలినాక్షి యొర్తు కామాగ్నియందుఁ దనశరీరమును క్షీరాహుతిఁ జేయుచున్నపగిది నలరారెను. "కుంతళదేవేంద్రుఁడు చనుదెంచుచున్నవాఁ డీవతనికి నాతిథ్యముగావింపుమా" యని మారునిచే నియోగింపఁబడిన దానివలె నొకవలంతియగు మడంతి కటాక్షస్రజములను గుచ్చసాగెను. "హారములు తెగి జాఱుచున్న వనియైనఁ దలంపక కుచములనుండి తొలఁగు పయ్యెదయైన సవరించుకొనక వదలిపోయిన కట్టుపుట్టమైన బిగించుకొనక పోయెదవేమే! నగలు దాల్పకుండ రాజుం గాంచుటకై చనుట దోషము కాదు కాని యున్నతకుచములు కలదాన ననుగర్వమునఁ దొడుగుకొన్న రవికగూడ విడుచుట తప్పనుమీ! ఎగుడుదిగుడు కాని తెరువునందుఁ గూడఁ దొట్రుపాటువడుచు బిగ్గరగా నఱచెదవేమే!

ఱక్కైన చక్కెరబొమ్మలు నీవంటి సౌందర్యవతులుకారా? మన్మథపత్నినైన నిరాకరింపఁజాలినవారు. నీపై మన్మథుఁ డెక్కైనా యేమి? కళాక్షతములకుఁ బరువెత్తు నాఁడుగుఱ్ఱమువలెఁ బరువెత్తుచున్నావు. మాయందఱికిం గనుపడకుండ దారి కడ్డమువత్తువేమే! క్రిందఁనున్నవారము కావున మాకడ్డపడియెదవు గాని సోరణగండ్లలో నుండి చూచినవారి నేమిచేయఁగలవు. ఎంతసిగ్గులేదే చండీ! నఖక్షతములు బయల్పడఁజేసి నడచెదవు. మన్మథుండు నీకంటెఁ దక్కువగా నెవ్వరిని దాడించుచున్నాఁడు" నీకంత సౌందర్యవతి నను గర్వంబున్న యెడల నీవే యనుభవించుము. నీనామాంకిత మగు కమ్మయొకటి వ్రాసి రాజుసన్నిధి కంపుము" అనుచుఁ గుంతలేంద్రునిఁ జూడవచ్చిన యచ్చిగురుబోండ్లందఱును బోరాటము లారంభించిరి. రాజేంద్రుండును వారికలహాలాపములు వినుచు నానందించెను. అనరాని, వినరాని మాటలనుచు వెనువెంట వచ్చునత్తంజూచి యొక క్రొత్తకోడలు పూర్వభవంబున మిగుల సుకృతమాచరించినవారికిఁ గాని వారాంగనాజన్మము లభింప దని తలపోయసాగెను.

ఈ పగిదిఁ బురాంగన లందఱు మరుపూవుటమ్ములచేఁ జిందరవందరై చూచుచుండ నా రాజహంసము నగరాంగనల చూపుటుచ్చులలోఁ బడకుండ దాఁటి యాటదిగుడుబావిలోని రాయంచలచే నలంకృతం బగు నిజసౌధాంగణమ్ముం బ్రవేశించి యటఁబరివారమున కనుమతి యొసఁగి పుణ్యాంగనలచే నివాళింపఁ బడుచు సౌధాంతరమున కేగి ప్రతిదినము గ్రీష్మోపభోగ మనుభవించుచు నా కళ్యాణపురంబు నలంకరించియుండెను. లావణ్యలీలాపాదపమునఁ బూచిన పూవు మొగ్గలవలె నుండు ముత్యాలదండలచే నలంకృతుం డగు నాభూవరుండు శీకరములు చిమ్ము త్రైలోక్యనేత్రామృతప్రవాహమువలెఁ జూపట్టెను. ముక్తాఫలములవంటి చెమ్మటబిందువులచే నిండిన యారాజేంద్రుని నెమ్మేని లావణ్యరస ప్రవాహము తామ్రపర్ణీనదీసంగతమగు మున్నీటిచెలువు నిరాకరింపఁదొడఁగెను. ఆ గ్రీష్మఋతువునందు మంచిగందము శరీరమునిండ నలందుకొనిన సుందరులచే

నాలింగితుండగు పుడమిఱేఁ డొకమదనతాపమునే కాక గ్రీష్మతాపమును గూడ జయించెను [illegible] బగు గాత్రముతో సరోజనేత్రల హృదయంబులందుఁ బ్రవేశించిన యారాజేంద్రుఁడు వారికిఁ దాపమెక్కుడుగాఁ జేయుట మాత్రము విచిత్రముగానుండెను నొసలుమీఁదను కనుబొమ్మల నడుమను విక్రమాంకదేవుండు దరించిన చందనతిలకంబులు రెండును సామ్రాజ్యలక్ష్మి జయామృతముఁ గ్రోలుటకై యమర్చిన వెండి గిన్నెలవలె విన్ననువుఁ జూపెను. పంచుకొని చెఱికొంతభూభారమును మోయుచున్న యున్నరేంద్రుని భుజస్కంధంబులు రెండును జందనాలేపపాండురములై మంచుఁగొండ వెండికొండల శిఖరములతోడి యుపమానమును సంపాదించుకొనెను. తుషారావలసమున్నతంబగు నృపాలునియొడలు నిండఁ బూసికొనిన శ్రీఖండపంకము పవలెల్ల నుడికించిన సూర్యకిరణముల యుడుకుఁ బోఁగొట్టుటకై కవుంగలించుకొన్న చంద్రకిరణచ్ఛవి యనఁ దనరారెను. శృంగారసముద్రమునం బొడమిన తరగల చాలును, మదనమహారాజుచేతి తళతళమను తరవారియు నగు చందలాదేవి కేశపాశము స్నానానంతరమునఁ దానే చిక్కుడలించి సంస్కరించుచున్న యా భూపతికింగల ప్రియావాల్లభ్యము తెల్లమయ్యెను. చలువకై కెంగేల ధరించిన తామరాకును కరాంతరమునఁ దాల్చిన తామరపూవును గళ్యాణపురవరాధీశ్వరునకుఁ బాంచజన్యమును గేలఁ బూనిన తామరసాక్షుని సొంపు సంపాదించెను. వక్షస్థలంబునం దలంకరించుకొనిన చందనలేఖ మొగమునం దున్న వాగ్దేవత యెక్కిరింత యగు రాయంచ నోటినుండి జాఱినతామరతూఁడువలెఁ బ్రకాశించెను. మంచువాన కురియుచున్నట్లు కేళాకూళినుండి శీకరాసారము పడున ట్లమర్చిన పటికంపు ఱాతినేలలయందు నిర్మింపఁబడి సూర్యుని మొగమైనను గన్పడకుండునట్లు మబ్బువలె నున్న లేయనంటియాకులచేఁ గప్పఁబడి తోరణములుగా గుచ్చికట్టఁబడిన మొగలి ఱేకులతావి గ్రీష్మనిదాఘాతపమును సంహరించుటకై విడుచుతూపుల వడువున గవాక్షరంధ్రంబులనుండి జలధార లీవలకు వెడల, గ్రీష్మఋతువువలని చావుఁ దప్పించుకొనుటకై శరణుఁ జెందిన హిమఋతువున కభయమిచ్చి ప్రాణ

రక్షణము సేయుచున్నవో యనఁ దనరారు ధారాగృహంబులయందు భార్యలతోఁ గూడ మట్టమధ్యాహ్నమున మదనమహారాజసామ్రాజ్య భార మం మంతయు మోయుచుఁ జందనసుందరములగుకతన మంచుంగొండం బురణించుచున్న కాంతాస్తనమండలంబు లక్కానం గదియించుచుఁ, జిఱునవ్వుల వికసితమల్లికాకాయమానంబులు సృజించుచు, లీలావతులకు మందగమనంబులు నేర్పి వారివలన నభ్యసించిన మంజీరనాదములను సరోరుహముల పజ్జఁ గూర్చుండి వల్లించుకొనుచున్న రాయంచల మనోహరనాదంబులకును గాంతా మంజీరనాదంబులకుం గల తారతమ్య మరయుచు, మా ముఖచంద్రికలతో మీకు విరోధము లేకుండ సఖ్యమొనరింతు మని తామరపువ్వులచే సిరియంతయు ముందే కాళ్ళమీఁదఁ బడవేయించుకొని స్నానవినోదంబునకై తివురు కాంతచరణసౌకుమార్యము నిరీక్షించుచుఁ గొంత తడవు జలక్రీడఁ గావించుచు, శరీరలావణ్యంబునం దిరుగు మదనకేతన మీనమును బట్టుకొనుటకై యొగ్గుచున్న గాలములో యన వెలందులచేఁ జిమ్మఁబడు చిమ్మనగ్రోవి ధారలవలని యానంద మనుభవించుచు, నా కరయంత్రధారల నడుమ నున్నపు డాకామిను లందఱు మన్మథున కుపధగాఁ దెచ్చిన పంజరములోని రాయంచసింగారముం బూనుచుఁ, గాంతాకరయంత్రశరధారలకును మదనశరధారలకును వ్యాకులపడుచుమరలఁ దానును జిమ్మనగ్రోవిచేఁ గాంతల నందఱం దాడించుచు నెంతసేపుజలక్రీడఁగావించిన నను జెడిపోని రాగము డెందములం దద్దిన మనోభవుని నైపుణ్యమున కచ్చెరువు పడుచుఁ, గాంతాకపోలములయందుఁ గరధార చిలుకునపుడు చందురునియందుఁ గిరణములు సంక్రమింపంజేయు దిననాధుని చెలువుగనుచుఁ, గంఠమునకు గుఱిచేసి విడచిన కరయంత్రధార నవలీల సలీలముగాఁ దప్పించుకొనిన యొక యొప్పులకుప్పం దఱిమి తఱిమి ధారావిలోలం జేయుచు జవరాండ్ర గబ్బిగుబ్బలమీఁది సంకుమదము కలసి బురదవాఱిన వాపీజలముం జూచి వర్షోదక మని భ్రాంతివడి తొందరపడుచున్న సారసంబుల గందరగోళము సుదతులకు నిరూపించుచుఁ గామినీకుచకుంకుమపంక కళంకితంబగు నీరు నిమగ్నస్మరకుంభికుంభ గళితసిందూర రాగకలుషితం

బనియుఁ దరంగములమీఁదఁ దేలియాడు కర్పూరపరాగమును ముక్కంటి చిచ్చుకంటిమంటఁగలిసిన చిలుకతేజీవజీరు నొడలి బూడిదయనియుఁ దలపోయుచు, జలక్రీడ ముగిసినతరువాత సాంబ్రాణిపొగవేఁ దడియారుచున్న కాంతాశిరోజములం దున్న మనసుం డార్ద్రత్వముఁ జెందుటకు వింతపడుచు, వసంతసాహాయ్యకంబు లేమింజేసి విరితూపులు దొరకుట కఱవైన చెఱకువింటివాఁడీకాంతాశిరోజములు చూచియే ధైర్యమవలంభించుచున్నాఁడని యెఱుంగుచుఁ, గాటుక పాయుటంజేసి సాన నిడిన విరివింటివాని తూపులనఁ దనరు కాంతావిలోచనంబుల సౌరభినందించుచుఁ దెల్లని గల్లములనుండి దిగజారు కన్నీటివెచ్చఁదనము దవిలిన కటాక్షములతో నితరకాంతలందఱును జుఱుక్కుచుఱుక్కనఁ జూడఁ బులకితంబైన శరీరముతోఁ జంద్రలేఖాకపోలములయందు మాత్రము మకరికాపత్రములు వ్రాయుచుఁ, జింతాతాపముచే వాఁడిన కపోలములయందుఁ గరసరోజములఁ జేర్చి వాఁడింపఁజేయుచు నుస్సురని నిట్టూర్పుచ్చు నితర కామినులకు దుర్లభమైన కబరీబంధమును చందళాదేవికి మాత్రమే సంఘటించుచు నేతాదృశములగు చిత్రవిచిత్రవ్యాపారములవలన మధు సమయ విరామముచే వీర్యము చెడియున్న మదనునకు మరల శౌర్యముఁ బురికొల్పుచుగ్రీష్మఋతు వంతయుఁ గడపెను.

ఇది ద్వాదశ సర్గము

త్రయోదశ సర్గము

★

ఈ పగిది గ్రీష్మఋతువు మిగుల హెచ్చిహెచ్చి దావభస్మరూపమగు యశంబు నలుదిక్కుల వెదఁజల్లి తనపౌరుషంబుఁ దుదముట్టఁ జూపి చిట్టచివరకుఁ గొలఁదిదినములలోనే ప్రతాపహానికిఁ బాత్రము కాఁగల దుర్దశకు వచ్చెను. పరులకు సంతాపముఁ గలుగఁజేయువారి యభ్యుదయ మెన్నాళ్ళు స్థిరముగా నుండును? కార్చిచ్చు మంటంగలసిన చెట్ల బూడిద

చేఁ బ్రుంగుపడ్డ కొండ లన్నియు నంకగతంబు లగు బాలవృక్షంబులు మడియుటం జేసి తద్దుఃఖజనితం బగు వైరాగ్యమునఁ దపముఁ గావించుచున్నవో యనున ట్లుండెను. నదీ సైకతంబులందుఁ దిరుగు రాయంచల బారులు తపనసంతప్తలై కృశించిన నదీకాంతల మొలలనుండి జాఱిన గంటలయొడ్డాణములవలెఁ దనరారెను. భూమియందుఁ గనంబడిన నీరంతయుఁ ద్రావి బలిసిన సూర్యుని లాగలేక రవితురంగములు మెల్ల మెల్ల నడుచుటచేతం గాఁబోలుఁ బవళ్ళు దీర్ఘములయ్యెను. కొన్నినదులు కృశించి యుండుటంబట్టి యడు గైనను నడువలేక సముద్రుని గౌఁగిలియేనిఁ బొందఁ జాలని వలపంతచేఁ మఱింత కృశింపసాగెను. ఉత్తరభూముల యందుఁ బ్రవహించు కొన్నినదులు మాత్ర మనేకధునీవియోగతప్తుండగు సముద్రునకు శిశిరోపచారములు చేయుటకుంబోలె మంచుగొండనుండి కరఁగి జాలువాఱు మంచునీరు గొంపోఁదొడంగినవి. దప్పికపడి చలిపందిరులు చేరిన పాంథులు సైతము ప్రపాపాలికాసువకుంభములమీఁదఁ దగుల్కొనిన దృష్టిచే ధార క్రిందఁ బడుచున్నదో నోటఁబడుచున్నదో యెఱుఁగకుండఁ జలినీరు త్రావఁజొచ్చిరి. మఱికొందఱు పాంథులు తత్కాంతాధరపానము సేయఁదలఁచిన డెందమునఁ బాటలామోదితం బగు చలినీటి యందును నరుచిఁ జూపింపసాగిరి. విలాసినులు కొంతకొంత గ్రీష్మాడంబరము తగ్గినకాలందిఁ బవలుఁగూడ మంచిగందపుఁ బూఁతఁ జేతఁజల్లఁబడిన గబ్బిగుబ్బెతల యుబ్బుగుబ్బ లెదలంబొదలింపఁ దొడంగిరి. మఱి కొంతమంది యొండొకళ్ళ నిట్టూర్పు పయ్యెరలు పరస్పరగండస్థలఘర్మజలబిందువుల వారింపఁ బ్రదోషావసరమందుఁ గూడ నన్యోన్యభుజోపధానంబుగ రెండవచేయి యొకళ్ళొకళ్ళ ప్రక్కలకుం దార్చి యద్వైతమతమవలంబించి పవళింపసాగిరి. తమ్మిపూలు పఱవని సెజ్జలందు మంచిగందమలందని శరీరములతో శయనించిన యువతులే నిదాఘక్షయమును సూచించిరి. తరువాత మహీపతి యొక్కనాఁ డస్తమించుచున్న సూర్యమండలముం గప్పిన చిన్నమబ్బును జూచెను. పదప గ్రీష్మదినములలో నీరెండిపోయిన మందాకినిలో నీరూరుటకై త్రవ్వి గట్లమీఁదఁ బోసిన మట్టిదిబ్బలో

యునఁ జిటిచిటి మెఱుఁపు గగనమున నిండి క్రమక్రమముగా వానలు కురియసాగెను.

నానాఁటికి జలదకాలము ముదిరినవెనుక నొకనాఁడు విక్రమాంక దేవనృపాలుఁ డంకపర్యంకమందుఁ బవ్వళించియున్న కౌతూహలలోలలోచన యగు ప్రియురాలితోఁ "చెలీ! గగనారణ్యమునం బొడమిన చీఁకటి చెట్లగుంపుకు ధరణీభృత్తులకు శిరోజావళియు మెఱుపుదివ్వెల మీఁది యంజనపుంజము నగు నవ మేఘమండలిం గనుంగొనుము. ఘనోపరోధమున నల్లఁబడిన సూర్యమండలము తటిద్దీపముమీఁదఁ గాటుకకై వర్షాంగన పట్టుకొనిన కర్పరమువలె నున్నది. కురంగనేత్రి! విమానములచే సంచరమాణులగు విద్యాధరాంగనలు సొగసునకై యంటించిన యగురువత్తుల పొగఁ గలసినదో యనఁ జంచరీకనీలం బగు నల్లమబ్బు గగనమంతయుం గాఱుకమ్ముచున్న దవలోకింపుము. ఈ జలదంబులు నవవిధ రత్నాంకురములతోఁ గూడిన సముద్రోదకముఁ ద్రావంబోలు, లేదేని వీనివలన బయల్పడిన వేల్పురావింటికిఁ బెక్కురంగు లెట్లుకలుగును? నిజమారసిన నీ యింద్రధనుస్సు జలదములవలన నేర్పడినది కానేకాదు. ఘనోన్ముఖంబులై తాండవం బొనరించు నీలకంఠంబులచేఁ గబళింపఁబడు పాముల పడగల మీఁది నవరత్నంబుల డంబున నేర్పడినది. తలిరుబోఁడీ! ఈకాలమేఘంబులు ధరణీధరనితంబ బింబములయందు నీలచేలంబులపగిదిని, గొండల పైనున్న పక్కణంబుల వీథులలోఁ గిరాతులచే నిగ్రహింపఁబడి తిరుగు భల్లూకంబుల వడువునను, మెఱుంగుతీవ బోణులు తళుక్కుతళుక్కున నృత్యమాచరించు గగనరంగంబునకుం గట్టిన కాండ పటంబుల చొప్పున, నిదాఘతప్తంబులై విసరికొనుచుం బొరలిపొరలి యెట్టకేలకు నిదురించు గ్రహగణంబులచేతులలోనుండి జాఱిపోయిన తాళవృతంబులమాడ్కిం గ్రాలుచున్నవి. చూచితివా, కృశోదరీ! యివి నీరదములు కావు మదనుఁడు శరములు నూఱు సానరాళ్ళు. లతాంగీ! యివి మెఱపులు కావు వెడవింటివాఁడు తూపులు సానపట్టించుకొను నపుడు చెదరు స్ఫులింగముల కాంతులు. నీవు

క్రొంగ్రొత్తకుఁ జోయినప్పుడు సముద్రములోనం డాఁగిన కొండలక్షేమ మరసి వచ్చి యావృత్తాంతము భూమియందలి కొండలకు జెప్పుచున్నవో యనఁ నాకసమునందు మేఘములు బిట్టు గర్జిల్లుచున్నవి. రాజీవవదనరో! యీ మయూరములు నీతలవెండ్రుకలఁ జూచి సిగ్గువడి ప్రాణముఁ బాయఁ దలంచినవోయన నింద్రచాపజ్యోతి కళిముఖముగాఁ దోవుచున్నవి. లోకములోని ధానుష్కుల శరాసనములన్నియు వర్షాకాలమున మూలఁబడును గాని యొక మన్మథునిశరాసనము మాత్రము విశ్రాంతి లేకుండఁ బని జేయుచుండును. కురంగలోచనా! ఈయంభోదములు నిదాఘబాంధవుఁ డగు సూర్యుని వేఁడి కిరణములన్నియుఁ జల్లార్చి యతఁడు చంద్రమండలమందు దాఁచుకొన్న కిరణములను గూడఁ జల్లార్పుటకుం బోలె దాని నెట్లు నిరోధించుచున్నవో చూడుము. వారిదకాలము తపనర్తువుం బట్టుకొని మడియించి దానిమాంసమంతయుఁ గబళించి యిట్టటు వాఱవేసిన యెముకలోయనునట్లు ప్రకాశించు బెగ్గురులబారు లవలోకింపుము.

జగత్త్రయీదుర్లభములగు నీ గమనములయందలి సౌకుమార్యము నేర్చుకొన్న యీరాయంచలు వేలుపురాయంచలకుఁగూడ నేర్పుటకై పోవుచున్నవో, లేక యింద్రచాపము నంటియున్న పయోదగర్భమునుండి పడుచున్న జలబిందువులయందు వర్షాకాలకిరాతుఁడు తమ్ముం జంపుటకై విసరిన తెల్లమట్టియుండలను భ్రాంతివడి యడుగుచున్నవో కాని మానససరస్సునకుఁ బోవుచున్నవి. నెమిలి ముక్కులచేఁ బొడువఁబడినవో యన వానికూఁతలచే నదరింపఁబడినవో యన నెఱ్ఱవారిన ప్రోషితభర్తృకల నయనంబులనుండి గడియకొక బిందువుచొప్పున నేలపైఁబడుచున్న వెచ్చని నీటిబిందువులను దమచంచూపుటంబులు సాచి కబళింపఁ దలంచియుఁ జేతకాక యూరక నేలంబడి పొరలు నెమిలిపిల్లలం గనుంగొనుట కిదే సమయముసుమీ! వామలోచనా! యీవారిదాగమము గర్జితము లను డప్పులతోడను మెఱుపు లను దీపములతోడను బయలుదేఱి భూభృత్కటకములయందు గడ్డిమొలపించుటఁజూడ గ్రీష్మఋతువుమీఁదికి దాడివెడలి

సట్లు కాన్పించుచున్నది. నల్లనిపచ్చిక పట్లమీఁదందిరుగు నింద్రగోపములు కల గిరితటంబులు చూచి యీమేఘ మిందద్రిధనుస్సు జాఱి క్రిందఁబడిన దేమో యను భ్రాంతివడి తటిద్విలోచనంబులు చెదిర నట్టిటుఁ దిరుగులాడుచున్నది. వారిజాక్షీ! మింటికొలంకునందలి నల్లకల్వకాడలవలె ననంగనారాచపరంపరలవలెఁ గ్రిందికి వ్రేలాడు నీరధార లవలోకింపుము. లతాంగీ! యాకసమనుకొలిమియందుం బయోదంబులను బొగ్గులు పోసియందు మెఱుపు నిప్పుకలంటించి యూఁదుచు వానకాలమను కమ్మరి మదనశస్త్రములకుఁ బదునిడుచున్నాఁడు. మదవతీ! నిదాఘమిత్రుండై భాస్కరుండు తమ జలంబంతయు దొంగిలించెనను కోపమునంబోలె వలాహకము వానిభార్యయగు పద్మినిమీఁదికి ధారాలగుడంబులు పఱపి వ్యాకులితంజేయుచున్నది. తమనాధుండగు సముద్రుండు క్షుద్రనదీసమాగమంబునకుఁగూడ నొడఁబడుటగాంచి మహానదులుగూడ మంచి దారి వదలి నీచనదసంగమంబుఁ గావించుచున్నవి. పయోధారమువలన వంగి నల్లకల్వలబారువలె నింగినుండి వ్రేలాడుచున్న పయోదమాలిక భూమియంతయుఁ గర్దమమయమగుటచే గిరిసానువులమీఁదికిం దిగుచున్నది. పయోనిధిచేసిన దురాచరణమేదియో యొకటి గర్జితమను నెపంబునం బయోదములు నదులకుం దెల్పఁబోలు, లేదేని యానదు లీవగిదిఁ గలుషితహృదయంబులతోఁ దరంగములాకాశమునకంట నతివేగముగా సముద్రమునొద్ద కేలపోవుచున్నవి? తమనాథునిం గవయుటకై త్వరపడి చనువేగవతులగు నదులు నడుమనడుమ నివారించుచున్న కొండకాల్వలపైఁ గినుకచేత్తంబోలె బిట్టు గర్జిల్లుచున్నవి. ఓయధీరలోచనా! శీకరము లను ముత్తియము లిట్టటుఁ జల్లుచు సముద్రవేషమున నానదీపురంధ్రిలను మోసపుచ్చు నదంబుల మదంబులకు మేర లేకున్నయది ఈదినములలో రాత్రులం దభిసరింపంబోవు నభిసారికాంగనలు కర్దమదర్దురితం బగు నేలపై నడుగులు జాఱి తొరగిలంబడుచుఁ దటిన్మాలికలం జూచి సువర్ణ దండంబు లనుభ్రాంతి వడి కరావలంబంబునకై చేతులుసాచుచుందురు. సతాంగీ! నీలీలాకమలాకరము తరంగ దండములతోఁ గూడ మబ్బులోఁ

బ్రతిఫలించుటచూడ నీరంతయుఁ గోల్పోయి మరల దానికొఱకు యాచించు చున్న యామబ్బును గఱ్ఱలతోఁ దఱుముచున్నటు లున్నది. కాలాంతరంబున నీవలాహకంబు లపహరించిన సముద్రోదకం బంతయు మరల సముద్రుని భార్యలగు నదులు గోలయెత్తి లాగుచున్నవి. కాదు కాదు; సముద్రుఁడు మేఘములకుఁ దననీరు వడ్డికిచ్చెఁ గాఁబోలు. సముద్రుని కాంతలానీరు వడ్డితోఁ గూడ మహాగిరిప్రస్థంబులతోఁ గొలిచి పుచ్చుకొనుచున్నవి. తనదగ్గఱకు వచ్చు తరంగిణులను నధికరసోపబృంహితలఁగా నొనర్చుచున్నాఁడను సంతసమునఁ బయోధి రిక్తులై వచ్చిన యీపయోదములకు మరలఁ గావలసినంత నీర మొసంగుచున్నాఁడు. మృగాక్షీ! గ్రీష్మతాపమునం బట్టువారిన భూదేవిశిరస్సును బయోదవైద్యుఁడు విద్యుచ్ఛక్తిచే సంస్కరింపంబోలు, లేదేని బడుచుదానికివలె నచనవనిగజికతల వెండ్రుక లిప్పగిది సాంద్రముగా నేలమొలచును! ఏసమయముననో సముద్రిన కట్టి యపకీర్తి వచ్చెను గాని యాకుంభసంభవుఁడు నేఁడాసముద్రుని దగ్గఱ కాముకదా యతనిభార్యల యొద్ద నిలువఁ గలిగినను నొకసమస్కారంబుఁ గావింతుము గగనమునందుఁ బ్రోదిసేయఁబడిన తటిల్లతాలవాలమునందలి బురదయో, లేక గగనమునుండి పడునీటిని వడఁబోయుటంజేసి తత్కాళంక మంటిన వడపోఁతగుడ్డయో యనఁ బయోదబృందము చెన్నొందుచున్నది. కంటివే, కలువకంటీ! స్వభావనీలంబు లగు తనగుఱ్ఱంబులు కొంచెమేమఱినచో నల్లనిపయోదమండలంబునందుఁ గలసిపోవునేమో యను భయమున ననూరుండు జాగ్రత్తగా నడుపుచున్నాఁడు. కనకాంగీ; క్షణకాలము భార్యయగు క్షణప్రభ కన్పడకుండిన నడుగడుగున మొఱ్ఱవెట్టు నీపయోదంబులకుఁ బ్రియవియోగదుఃఖిత లగు కాంతలపై నేల దయాదాక్షిణ్యములు లేకపోవలయునో యబ్బురముగా నున్నదిసుమా! ఆయచిరద్యుతి యైనను సర్వదా పయోదాంకలాలిత యగుటంజేసి యొరుల దుఃఖ మెఱుంగకున్నది. లేదేనిఁ బ్రోషితభర్తృకలను బాధపఱచు పయోధరము నేల నివారింపదు? ఎన్నఁడును బాధనెఱుఁగనివా రొరులబాధ నెట్లుకనిపెట్టఁగలరు? "నిరప

మా ! మాభర్త యెప్పటికే నింటికి వచ్చును గాని రాకమానఁడు కాని నీయందు మాత్రము మాకు విశ్వాసము పోయినది. నీవుమాత్రము విష్ణుపదము ముట్టి నీకార్యము సాధించుకొనుచున్నావు. నీవు బయటికే నల్లనివాఁడవుకావు. నీహృదయము నైతము మలిన మైనదే. విరహిణీవధమహాపాతకముఁ జేయుకుసుమాస్త్రునకు నీవేకదా మంత్రివి. కాని యున్నసుగుణము మాత్రము కొనియాడవలయు. నీ వెంత దయలేనివాఁడ వయ్యును వియోగిజనభీకరం బగు చంద్రబింబమును మాటుపఱచుట ప్రోషితభర్తృకలకు మహోపకారముకదా ! మకరాకర మగు సముద్రములోనికి దిగియు నీవు మకరములచే లాఁగఁబడకుండుట పథికకాంతల దురదృష్టము కాని వేఱొండుకాదు. నీవు పర్వతశిఖరములమీఁదఁ దిరుగుచున్నపు డేదేని విషనివర్తక మగుమూలిక సంపాదించితివాయేమి? సూర్య మండలమును మాటుపఱచినపుడు తద్రథతురంగములకుఁ దాళ్ళుగా బంధించిన త్రాఁచుపాములు కఱచినను జావక బ్రతికియున్నావు ! సముద్రుని క్షేమవార్త యైరావతమునకును, నైరావతము క్షేమవార్త సముద్రునకును దెల్పుచుఁ దండ్రికొడుకుల దయ సంపాదించితివి కాఁబోలు. లేదేని గగనాంగణ మందిప్పగిది విజృంభించిన నీచైదము లాయైరావతమున కిష్టము లగునా ? సముద్రుఁడు లేనియప్పు డెల్ల నీకు నీరిచ్చుచుండునా ; జీమూతమా ! వేయిమాటలేల ? ఉముకపొగవంటి రంగుతో వందలకొలఁది గండములు దాఁటి గర్జించుచున్నావు. పెరిఁగి గుట్టలై యున్న పథిక కాంతల పాపమే నీకీతీఱున నుపకారముఁ గావించుచున్నది" అనుచు నోకళావతీ ! ప్రోషిత వల్లభలు బాష్పగద్గదము లగుపదములతో ఘురఘురాయమానంబు లగు నుఱుము లుఱుముచున్న పయోధరములను దిట్టుచున్నారు.

మన్మథోద్దీపక మైన నీమెఱుంగులు నీయంకమందే లాలింపఁబడుఁగాత ! నీగర్జిత మను డిండిమధ్వని వినకున్నచోఁ బరదేశములనుండి మామగ లింటికిరారు. వసంతర్తువునకు మన్మథబాంధవ మను ప్రసిద్ధి మాత్రమే కాని యది నీలోఁ బదియాఱవభాగము కాదు. మన్మథశాసనము

విరహా వహింపనివాఁడు నల్లని నీమొగమువంకఁ జూడలేఁడు. మగఁ డింటికి వచ్చుటంజేసి సంతసించి యువ్వాంగన లందఱు నిన్నుఁ బూజింతురు. నీకంటెఁ బథికవనితలకుఁ బ్రియు లెవ్వరు? నీవే యాశుకవి వయినచో ననుభవసిద్ధముగా నీగుణములు నీవు వర్ణించుకోఁగలవు. ప్రోషితప్రియులకును బ్రోషితులకును సమాగమముఁ జేయించుటకుఁ దగిన దూతవు నీవ కాక మఱి యెవ్వరు? ఏ కులకాంతలు తమవియోగబాధ నన్యులకుఁ జెప్ప సిగ్గుపడుదురో వారికొఱకుఁ గదా నీవు క్షణప్రభను ధరించుచున్నావు. అనంగసామ్రాజ్యమునకు మంత్రులై జడముడులు విడిపోవఁ బ్రియాంకపాళి యనుభవించు పురంధ్రులకుఁ దెలియును గాని నీప్రభావ మితరు లే మెఱుంగుదురు? స్మరాతుర లగు కురంగలోచనలు భర్తలయొద్ది కభిసరింపఁ బోవుటకై దుర్దినములు కల్పింతువు. రతోత్సవసమయమందుఁ గాండపటమ వగుదువు. నీకన్న నుపకారశీలము కలవా రెవరు? చంద్రికయు నీకాంతితోఁ దులఁదూఁగదు. వసంతర్తువు గాని మలయవాయువులు గాని కోకిలలుగాని పంచమనాదంబులుగాని యనంగభూపతికి నీవంటి భటులు కారు. నీవు కన్పడినతరువాతఁ గూడ నెవరిభర్తలు పరదేశము నుండి రారో వారికంటె దురదృష్టవతులు జగంబున లేరు. అనుచుఁ నోవగలాఁడీ! ప్రియులతోఁ గలసికొని జిలిబిలిముద్దు పల్కులయందలి చిఱునవ్వువేఁ బాటలాధరములకు వన్నెఁదెచ్చుకొను కొందఱు జవరాండ్రు మాత్రము విమలాంతఃకరణంబులం బయోదమును భజించుచున్నారు.

గ్రీష్మదినములయందు రత్నాకరుని సంగమము దొరకక నీవు కృశించితి వెఱుంగవా? చెలియా! యొకులమఃఖము సముల్లసత్తరంగ మాలికలతో మిన్నంటుచు నేఁడు మాకుఁ బ్రియాలింగనము దొరకకుండఁ జేసెదవేలే! తరంగిణీ! నిగనిగలాడుచుఁ బయోమం డెదుటఁ గనుపడి నంతమాత్రముననే హంసులవయ్యెదవు నీ కిది యెక్కడి దుర్గుణము? కొందఱు కుండలు పట్టుకొని నీతరంగములు దాఁటి యావలి యొడ్డునకుఁ జేరుదురు గాని మాకంతటి పుణ్యము లేదు గదా! నావలమీఁదను బ్రైల

మీఁదను దాఁటుమన్నను మానితంబడంబరమే మాకుఁ బ్రతిబంధ మాచరించుచున్నది. కోలాహలమాచరించుచు మిన్నంటుచు నన్నమాట వినక యింత నేల పరువెత్తెదవు? స్త్రీవధమహాపాతకమున కొడిగట్టిన నీసమాగమనకుఁ బయోధి మాత్ర మేల యిష్టపడును? నీతరంగడోలిక మీఁద న న్నెక్కించుకొని రెండుప్రక్కల నున్న యిసుమతిన్నెలను ముంచి ప్రవహించుచున్న పీయావలియొడ్డునకు దాఁటించుము. అనుగ్రహించుము. నీకీర్తిఁ గులటలందఱు వేనోళ్ళఁ గీర్తింపవలయును. తెల్లవాఱిపోవుచున్నది. నీవు క్షీణదశయందున్నపుడు కృష్ణపక్షరాత్రులందు వేయిసార్లు నీనెత్తిమీఁద నడుగు లిడి దాఁటిపోయితిని. నేఁడు సంపద్గర్వముచేతఁ గన్నుఁగానకున్నావు. క్రమ్మఱ నీకు క్షీణదశ వచ్చునుగాని రాకమానదు, పిచ్చిదుకూలము గాలిచే నోసరిల్లుటయైనఁ దెలియక నీవు నీమగనియొద్దికిఁ బరువెత్తెదవా? మాబోఁటి బోటులకుఁ బ్రియసమాగమము నిరోధింతువా? చాలుఁజాలు. నీవెంతమూఢురాలవైనను బరాపకారమునందుఁ బండితురాలవే. కుటిలురాలా! నితంబములమీఁదనుండి జలాంశుకము జాఱ నొడలెఱుంగక పోవుచున్నావు గాని మహానదీసమాగమసంతుష్టాంతరంగుండగు సముద్రునకు నీవాస్యమైనను బనికిరాదు. నీకింత గర్వమేటికి? నేను చిన్ననాఁడుఁగూడ నొక్కరితనై పన్నుండలేదు. జారునితోఁ దక్క నితరులతో మాటలాడలేదు. కావున నాకులమర్యాద నిలుపుము. ప్రసన్నమతితో నన్ననుగ్రహింపుము' అనుచు 'నోకులటకులాఁడీ! స్మరార్తలైన యభిసారికలు నదులతో సంభాషింపుచుందురు. మదనుఁడు చేతిలోఁ జేయి వేయించుకొని యభిసరింపఁగఁ బంపిన కొందఱు పడఁతులు సాంద్రజలధారలచే వలువలు తడియుచున్నను, జలిచే నొడలు గగుర్పొడుచుచున్నను, బురదలేని తావు నిలువఁబడుటకు దొరకకపోయినను బ్రియాలింగనసౌఖ్యమమాత్ర మనుభవించుచున్నారు. సౌదామిని యను వారాంగన నృత్యముఁ జేయుతఱి వాయించుచున్న మృదంగనాదమన, నెక్కువెట్టిన వేల్పువేని వింటి టంకారంబన, మత్తంబగు నైరావతము కంఠమునుండి వెడలు ఘీంకారంబన విరహిణీఘాతకొఱకుఁ బయోదగర్జారావము గగనాంగణంబునం

బుట్టి ఘూర్ణిల్లుచున్నది. మెఱపు లను పంకజములు మొలచు బురదయు, గగనస్థలంబునందలి శాద్వలంబును, గలమాంకురంబులకుఁ బూటకాపు లగు ధారాలతలు వర్ధిల్లు పంటనేలయు, గిరిశిఖరంబులందలి నదులలోని శైవాలంబును, సూర్యాచంద్రములకుఁ గారాగారంబును. గంధర్వోత్సవమునకుం గట్టిన పైజయంతియు నగు నంభోధర మో యంభోజాక్షి నీకన్నుఁగవ కానందజనక మగుంగాత. నెమ్మిపడుచుల గళక్రోడంబులనుండి వెడలు కేకాంకురంబులకుం బ్రతిష్ఠ తెచ్చు దోహదంబును, ధారాలతావనంబులోని మధుకరనికరవ్యాపృతం బగు ననగుంపును, గగనతలంబను నద్దంబునకుం బైని దొడిగిన నల్లగవిసెనయు నగు నల్లమబ్బు రతికాల విలోలంబు లగు చోళాంగనాకేశపాశము గతి మనోహరమగుచున్నది. కనుంగొనుమా, ప్రేయసీమణీ!" యనుచు నిఖిలలోకవల్లభుం డగు విక్రమాంకదేవుండు మదనదేవునియానతిచొప్పున వల్లభయగు చందలాదేవితోఁ బ్రకృతిమనోహరంబు లగు తేటమాటలతో జలదకాలశోభ నీరీతి వర్ణించెను.

ఇది త్రయోదశసర్గము

చతుర్దశసర్గము

★

ఇప్పగిది వారిదాగమంబు ప్రవృద్ధమై క్రమముగ వార్ధకంబు వహించిన కొలఁదిఁ బలితంబులగు శిరోరుహములవలె వారిదంబులు తెల్లఁబడఁ దొడఁగె. ఆ కాలంబునఁ గుంతలదేవేంద్రుని కడకు నిర్జనప్రదేశమున కొకయాప్తుఁ డగు చారుఁడు చనుదెంచి యిట్లని విన్నవింపం దొడంగెను. "దేవా! విక్రమాంకనృపాల! నీతోనొక నిష్ఠురమగు మాట మనవి చేయుచున్నాను. తప్పు క్షమించవలయును. నీవు కేవలము వాత్సల్య మవలంబించి నీతిమార్గమును బరిత్యజించుచున్నావు. మంత్రగతి యనుకూలము కానిచో విషముకన్న నెక్కువ బాధకరమగును. నీ తమ్ముని బాగుఁ గోరి చేంగినాధుని జయించి యతని వనవాసమండలమున నతని నిల్పితివిగదా!

అతఁడు నేఁడు గావించు నీతివిపర్యయము నుడువ నలవికాకున్నది. న్యాయ మార్గమును వదలి జనపీడఁ గావించుచు నతఁడు నిశ్శంకముగాఁ గోశా గారము నిండుటయే యోజించుచున్నాఁడు గాని భూములన్నియు హరిణ విహారశూన్యము లగుటయుఁ దలంచుటలేదు. దేవర చిరకాలము సంగర పరిశ్రమము గావించి యార్జించిన జయలక్ష్మిని దంతములకుఁ దొండములు పెలివేసికొని పోయుచు, మత్తతచే మూఁతలువడిన కందోయిని లోల కర్ణానిలశీతలంబులగు దానజలశీకరంబులచే విప్పుచు, సుందరంబులగు దంత బిసకాండంబులు మొలచిన దానపంకమందుఁ బ్రతిఫలించిన సూర్య మండలము లక్ష్మీనివాసంబగు పుండరీకంబు సొంపు సంపాదింపఁ బ్రత్య నీకభటభేదనోద్భటం బగు తైక్ష్ణ్యమును వానికింగొల్పఁ బూనినవో యను నట్లు, కొండచఱియలం దుత్ఖాతకేళి యొనర్చుచున్న మహాసింధురంబు లెన్నియేని దేవరయే వాత్సల్యంబున నప్పాపాత్మున కొసంగిరి. అతండు నాయేనుఁగుల బలంబునసే తలపెట్టినను బాతకము వచ్చుపని చేయఁదలఁచి యున్నాఁడు. చీఁకటిరాత్రిని రాక్షసు లాశ్రయించినగతి దొంగలగు నడవి యెఱుకవాం డ్రతని నాశ్రయించిరి. తఱచు పాపాత్ములకును బాపాత్ము లకును సావాసము కలియుచుండును గదా! ఎడతెగనికానుక లం పించుచు నతఁడు ద్రావిడభూపాలునిం గైవసము చేసికోఁ దలం చుచున్నాఁడు. అట్లు కావించుకొని కొలఁది దినములలోనే నీ బలమును భేదజర్ఝరితముఁ గావించుటకుఁ గృష్ణానదీతీరమునకు రాఁగలఁడు." అనుచుఁ జారుఁడు నివేదించిన పలుకులు విని శరత్కాలచంద్రునివంటి నిర్మలాంతః కరణముగల యమ్మహారాజు తొందరపడి యేమియు ముందు నోట మాట రానీఁడాయెను. మహాత్ములు యోజింపకుండ నెందును సాహసింపరు. "దైవమా! చపలమగు సంపదచే నన్నేల వంచించెదవు? నేనును దురన్యాయప్రవర్తకుండగు సహోదరుని హృదయశల్యముగా భావించు చునేయున్నాను. నేఁటికె గొప్ప క్రౌర్యముగావించుటకు సిద్ధపడుచున్నాఁ, డిన్నాళ్ళు సహించితినిగాని యిప్పు డెట్లు సహింతును?" అనుచు నంతము లేనిచింతచేఁ బరితపించుచు ధరాపురందరుఁ డప్పటికిఁ బశ్చాత్తాపపడియెనే

కాని యనుజుఁడెసఁ గినియుఁడాయె. తరువాతఁ జారముఖంబున ననుజుండు చేయుఁదలఁచిన దుష్కృత్యమంతయు యథార్థమని పెక్కువిధముల నిశ్చయించి యొకనాఁడు తనలోఁ దానిట్లు యోచింపఁదొడఁగె. "తమ్ముఁడా! దుర్ణయపతాకయగు సంపదచేత నిష్కారణముగ దుష్కార్యము చేయింపఁబడుచున్నావు. ఆసంపదను నీవెఱుఁగవు. కలహము పెట్టుటయందు నారదమహామునికంటె నెక్కువది. నీకుఁగావలసిన దేశము నేలుటకై నీకొసంగితిని. కోరిన యేనుఁగుల నిచ్చితిని. రాజశబ్ద మొకటి తక్క నీకేమియుఁ గొదవలేదు. ఏల యీదుర్ణయముఁ జేయఁ దలపెట్టితివో! ఓ చాళుక్యకులదేవతలారా! నాతమ్ముని దుష్పథమునకుఁ జొరకుండ నివారింపుఁడు" అని తలపోసి, తగినవారిచే నతని యొద్దకు వార్తలంపించియు నతని దుర్వర్తనమునుండి మఱలించుటకుఁ జాలఁడయ్యె. కాఁబోవునది కాకమానదుకదా! ఈ వ్యవహార మిట్లు జరుగుచుండ జలదాగమం బోసరిల్లెను. చంద్రికకు వన్నెతెగలిగిన శరత్కాలము ప్రవేశించెను. నీలనీరదములచేఁ గళంకితంబగు జగమంతయుఁ బాలచేఁ గడుగఁబడినట్లాయెను. పాంథసుందరులకుఁ బరితాపకారకంబగు వైద్యుతాగ్ని యాఱిపోయిన వెంటనే మానినీనివహములకుఁ గన్నీరు కాల్వలు గట్టించు జలదధూమములు సైతము మాయమాయెను. ఆఱిపోయిన వైద్యుతాగ్నిభస్మము వలెఁ దెల్లని మబ్బు గగనముతోడి చెలికారము సంపాదించుకొనెను. సముద్రుఁడు తమకు క్షేమకారణమగు చిచిచిటీయేసులతోడి పొందు మానిన తరువాత సంతసంబునం బోరె మహానదులన్నియు నిర్మలములైనవి.

సూర్యుండును గ్రీష్మక్రమంబున వేఁడికిరణములు ప్రసరింపఁ జేయఁ దొడఁగెను. శాలికాపాలికలు పండినచేలనడుమ నూతనముగా బయలుదేఱిన మెట్టదామర పూవులయందు వ్రాలు చిలుకలను వాలలంబులగు కరంబులచే లేవఁ గొట్టనేరక యూరకె చూచుచుండిరి, తటిద్దీపములపొగచేఁ బొగచూరినపోయిన గుండ్రనికర్పరమువంటి యాకాశము నల్లఁబడెను. సముద్రోద్రేకముఁ దాఁగునపుడు నీటితోఁగలసి లోపలికిఁ

బోయి మరల నానీరు వర్షించునపుడు మేఘోదరములనుండి జాఱి యాకాశముమీఁదం బడిన ముత్యములో యన రాత్రులందు నక్షత్రములు మిగులఁ బ్రకాశింపసాగెను. శరత్కువలయనేత్రనీలనీరదములను గవిసెన సడలించిన గగనదర్పణమునందుఁ గన్నులువికసింప నిజాననసౌందర్యము నిరీక్షించుకొనుచో నందుఁ బ్రతిఫలింపఁజేసిన మొగమోయనఁ జంద్రుఁడు మివుల విరాజమానుఁ డయ్యెను. పవలెండలు జనులను మిక్కిలి పీడింపఁచొడంగినకొలంది రాత్రులందు వెన్నెల లానందపరప సాగెను. ఖరకిరణుండును శీతకిరణుండును దమతమ గుణములను బరస్పర స్పర్ధచేతంబోలెఁ బ్రకటింప సాగిరి. జనులు గృహోపాంతములయందు మంచంబులపైఁ గూరుచుండి చందనవిలేపముకన్నను శీతలంబులగు వెన్నెలలవలని యానందమును దృప్తిలేకుండ ననుభవింపసాగిరి. సుధాధారంబునఁ గ్రిందికి వ్రేలాడవేయఁబడిన చంద్రకిరణంబులోయనఁ దెల్లచెఱకుతోఁటలలోని చెఱకుకణ్ణులు కన్నులకుఁ బందువులయ్యెను. నెమిళ్ళు వానకాలములో నింద్రచాపమును జూచి భయంపడి యఱవఁబోలు. లేదేని యది యంతరించినవెంటనే యవి కేకలు లేక యూరకుండ నేటికి? జలధరకారాగారమునుండి విముక్తుఁడైన కుమారునిం జూచుటకై చనుదెంచిన పాలకడలియోయన నుగ్గుచేసిన ముత్యాల ముగ్గువంటి రంగుగల తఱపి వెన్నెల ప్రకాశించెను. నిరంతరముగ నీటిలోఁమునిఁగి యుండుటం జేసి పద్మలతలకు సంభవించిన శీతజ్వరమును బాపుటకువలె రవి తనకిరణములయందు వేఁడిని విస్తరింపఁజేసెను. దృఢలక్ష్యవేధియగు పరశురాముని యశోవితతియోయనఁ గ్రౌంచాద్రిరంధ్రంబుగుండ మానససరస్సు వదలిన రాజహంసావళి రాఁదొడంగెను. భర్తలు ప్రతిక్షణమందు సందేహపడుచుండినను గుంకుమ రంగుగల శరత్కాలదినములే అంకుమగలతోఁ గూడిసుఖించుటకై లంజలకుఁ దగినయుపాయము ఉపదేశింపఁదొడంగినవి.

"చంద్రుఁడా! కురంగము నీయొద్దనున్నను నీవు శక్రచాపమునకు గుఱికాక పోవుటయు మెఱపువేఁడికైనను జడిసి పాఱిపోకపోవు

టయు మిగుల నబ్బురముగానున్నది. జలదకర్దమంబునంబడి మలినమైన నీ చంద్రికను గ్రమ్మఱ నెవ్వరు కడిగి విమలముఁగావించిరి ? వియోగవతీవధమహాపాతకమునకును వెనుదీయనివాఁడవు నీకంటె కఠినహృదయు లెవ్వరు ? నీకుమాత్రమాపదలు మూఁడకుండునా ! ఐశ్వర్యము లెవ్వరికి శాశ్వతములు ? కొన్నిదినంబులకు నీవు రాచయుసిరికపండువలె రాహువు నోటఁ బడుదువు. నీ హృదయము సర్వదా మలినమయియే యుండు, నెన్నటికిని నిర్మలముకాదు. కావుననే సర్వోపతాపియగు మదనమహారాజునకు నీవు ప్రియుఁడవైతివి" అనుచు వెన్నెలచే జగమంతయు ముంచిన కురంగాంకునిపై విరహజ్వరార్తలగు కాంతలు వాగ్బాణంబులు ప్రయోగింపసాగిరి.

సమస్తజగదానందకరంబగు నిట్టి శరత్కాలమందును దమ్ముని దుశ్చరిత్రము స్మరించుకొనుచుండుటం జేసి విక్రమాంకదేవుని మదికి మాత్ర మానందము లేకపోయెను. జగత్తంతయు నిర్మలముఁ గావించిన శరదృతువు దుష్పథసంచారియగు తమ్మునికైవంబగు కుంతలేంద్రుని హృదయమును మాత్రము నిర్మలము చేయలేకపోయెను. తుట్టతుదకు దయాశాలియగు చంద్రలేఖామనోహరుఁడు రాజ్యమంతయు దమ్మునికి కైవసము చేయుటకైనను సమ్మతిపడి పంపినవార్త లన్నియు నక్కుటిలపాంసనుని యెడల వ్యర్థములయ్యెను. కీర్తినిఁ గోరు నిర్మలాంతఃకరణులకు సంపత్పరిత్యాగమన నెంతటిది ? పుష్పంబు మనమును రంజింపఁ జేయుటకు రసికుల వాక్యము లెంతటివి ? ఈ మోరకుఁడేపగిది దురుద్యోగము మానునోయని కృపావేశంబున రాజు యోచించుచుండఁగనే దుర్మార్గుఁడగు నతఁడు కృష్ణవేణీతటంబునకు వచ్చి యచట సేనను నిలిపెను. కొందఱు మండలాధిపతులు నైతము కుంతలేంద్రుని వదలి యా దుర్మార్గునే యాశ్రయించిరి. పరాభవము రానున్నసమయంబున మతిభ్రంశము కానివారెవరు ? వాఁడును బాసటయైన రాజులయు, మదప్రవాహము స్రవించు గండములుగలయేనుఁగులయుఁ, జటులంబులగు తురంగంబులయు బలంబున నన్నగారిసముండగు నన్నగారిని జయించుటయు నెంతయుని

తృణీకరించుచుండెను. తచ్చమూసంపర్కముచేతఁ గృశించిన కృష్ణానదికిఁ గూడ నతనియెడల రోషమునంబోలెఁ గాలుష్యము తటస్థించెను. అతఁడట్లు కృష్ణాతటమును జేరి యచటి పల్లెలను దిగులపెట్టుట, జనులను హింసించుట, బంధించుట మొదలగు పెక్కు దురంతకార్యములు చేయ నారంభించెను. వినియు విక్రమాంకనృపాలుండు చిరకాల మోరిమి వహించియే యుండెను. నిజముగా నట్టిమహాత్ముల నెదిరించుటకు సముద్రములైన నోపవు. కాని యా దురాత్మునికి మాత్రమది తృణప్రాయముగా నుండెను. మఱియు నతఁ డెన్నియో దుర్వార్తలను నిరంకుశుండై మహారాజునొద్దకిఁ బంపించెను. పెద్దమ్మచేఁ జూడఁబడిన నిర్భాగ్యులు చేయని దుష్కార్యములుండవు. వాని చాపల్య మింతకన్న నెక్కువగా నేమి వర్ణింపఁగలను. పరమవాత్సల్య పరిపూర్ణుఁడగు విక్రమాంకదేవుఁడా దురాత్ముఁడగు ననుజన్మునిపైకి దాడి వెడలుట తప్పినదికాదు. తరువాత దిగ్గజశ్రోత్రశంఖములయందుఁ బ్రసరించుటచేఁ బ్రబలిన ప్రతిధ్వనిచే విస్తరించిన ప్రయాణదుందుభి నిర్ఘోషము వ్యాపించెను. ఘీంకరించు తద్గజయూథములచే భూమి వర్షాకాలగగనమును బోలియుండెను. మదధార వర్షధారలయ్యెను. ఎగురఁగొట్టఁబడిన ధూళిచేఁ జులకపడియుఁ బుడమి గజదానధారోదకముచే బురదయై పన్నగేశ్వరఫణామండలమున కెప్పటియంత బరువు నిచ్చుచునే యుండెను. సముద్రము కూడఁ బూడిపోయినచో మనగమనకుతూహలము తీర్చుకొనవచ్చు ననునాశ చేతంబోలెఁ దత్తురంగంబులు గొరిజలచే భూమినుండి దుమ్మురేపసాగినవి.

ధూళిధూసరితంబులగు పృష్ఠభాగములతోఁ దనరారు తన్మతంగజములెచటనో యొకచోటనుండి భూమి భేదించుకొనివచ్చిన దిగ్గజములవలెఁ దేజరిల్లెను. వెలుంగురాయని వారువంబులతోఁ బగఁగొన్నవోయన నా రాజన్యుని గుఱ్ఱములు భూమిందాఁకకుండఁగనే నడచుచుండుటచే శేషాహికేనుఁగు లున్నచోటఁ దక్కఁ దురంగము ఉన్నచోటి బరువు తగ్గిపోయెను. ధూపరాగముచే నిండియున్న తారాపథంబునం దారి తెలియక యద్దదిద్దముగా ననూరునిచేఁ దోలఁబడు సూర్యరథచక్రముచేఁ జూర్ణితములైన

నక్షత్రములో యనునట్లు తద్గజ తుండ విక్షిప్తములగు జలశీకరంబు లంబరంబునం జూపట్టసాగినవి. ఏనుఁగులమీఁద నలంకరించిన స్వర్ణరత్నమయంబులగు చౌదోళ్ళు పుడమినుండి రేఁగి మీఁదఁబడిన బూడిదబరువుచేఁ గ్రింది కొరగుచున్న విమానములవలె విరాజిల్లెను. ఏనుఁగులను భ్రాంతివడి రవితురంగములచే మరలఁ గ్రిందికిఁ ద్రోయఁబడినవో యన రేణువిసరము కుంభికుంభస్థలములయందలి చీనపిష్టమునుండి క్రిందఁబడసాగెను. ఈ పగిది విక్రమాదిత్యనృపాలుఁడు దుర్మార్గుఁడగు తమ్ముని మీఁదికిఁ గోపమ్మునం దాడివెడలియు నతని బతిమాలుటయందే కృతనిశ్చయుఁ డయ్యెను. అకారణముగ సంపదకొఱకై పోరాడు కులపాంసనులగురాజులు వేఱు. ఇట్లు పోవఁబోవఁ గృష్ణాతటము సమీపించుచు నచ్చటచ్చట శత్రుభటులు యుద్ధసన్నద్ధులై యుపశమించుచున్న యాతనిచిత్తమును గ్రోధావిలముఁ జేయుచువచ్చిరి. పిదపఁ జాలుక్యధురంధరుండును రక్తనదీ ప్రవాహమునం దీఁదులాట నభిలషించుచున్న మదస్తంబేరమము నెక్కి యేచోటఁ గృష్ణవేణీనది ప్రతిపదమునందు సుడివడుచున్న సుడి గుండముల యందుఁ బడి తిరుగు శత్రుభట కళేబరములచే సంకటముఁ జెందఁ బోవునో యాచోటికిఁ బోయి యానదియొడ్డున నివసించి తమ్ముని బతిమాలుటకుం దగినసామోపాయము లాలోచించుచు నుండులకై మిగులఁ గష్టపడుచుండినను నా దుర్మార్గుఁడన్నగారి సాంత్వవచనములను బరిగ్రహింపఁ డాయెను. దౌర్భాగ్యదశ రాఁబోవు సమయమ్మున బుద్ధి నిరంకుశముగాఁ బ్రవర్తించునుగదా!

ఇది చతుర్దశసర్గము

పంచదశసర్గము

★

భుజబలమను నేనుఁగునకు డిండిమంబును, సమరోత్సాహమను నెమిలికి వారిదంబునునగు రణదుందుభి కుంతలభర్త విజయమును

సూచించుచు మ్రోయసాగెను. విజయోత్సుకలగు వీరసుందరులచే నలంకరింపఁబడిన చతుష్కమండలములు గల భటులందఱు రాజమార్గావలోకనముచే రెండింతల పౌరుషము వహించిరి. రణదుందుభియను మేఘగర్జితము వినఁబడినవెంటనే సుభటశ్రేణియను విదూరభూమి యందుఁ దలతలలాడు కత్తులను రత్నాంకురములు మొలవఁ దొడఁగె. కొందఱు వీరభటుల పిడికెళ్లద్భుతరాగనిర్భరంబులై యసిలతలను గ్రహించుచుండ మఱికొందఱు భటుల ముష్టులును దాదృశంబులయి యసిలతా సమానంబులగు సమరసుందరీకబరీభారముల నలంకరింపసాగెను. మదగర్వితులగు యోధులచేనిండిన యేనికలమీఁది యంబారులు చూచుచుండఁగనే చిలుకలు లేని పంజరములు కాసాగెను. ఒక భటుఁడు భార్యచే నొసంగఁబడిన తాంబూలవీటికాదళన మొనర్చుచు యుద్ధకుతూహలంబున రిపుదంతిఘటాఖండనమును తృణముగాఁ దలపోసికొనియెను. ముళ్ళవంటి రత్నాంకురములచేఁ జాపటముచేయఁబడిన కిరీటముతోఁ గూడఁ దెగిపడియున్న రిపుశిరఃకరంకములమీఁద నడచుటకు నాడములు కట్టిన డెక్కలు కలవియగుటంజేసియే తురంగములు సమర్థములైనవి. రణలంపటములైన యేనుఁగులు వేలకొలఁది గుఱ్ఱములును ననేక భటులునుగల తద్బలము సంక్షోభముఁజెందిన పయోనిధితోడి సామ్యమును వహించెను. రాజమందిరములం దున్న యేనుఁగులు తుండములచే జలబిందువులు చిమ్ముచుఁ దనయెడయని జయలక్ష్మిని బువ్వులచేఁ బూజించుచున్నట్లగపడెను. కుంతలేంద్రుండును విజయశ్రీసమాలింగనముంగోరుచు మాటిమాటి కదరుచున్న భుజముపైఁ దమ్మిపువ్వుదండ లర్పించిన పగిది దృష్టినిలిపి పులకాంకురకంటకములచే నిండియున్నను రాగాంధత్వముచేఁ దెలియకుండ దృఢాలింగనకౌతుకమున మీఁదఁబడు వీరలక్ష్మి నాదరించుచు, శత్రురాజముఖపంకజములు వాఁడిపోవుటకు ధరించిన తుహినముంబోలె ముఖస్థితతాంబూలకర్పూరపరాగపాండురంబగు చిఱునవ్వుఁ దొలఁకించుచు, మురుగులమీఁది రత్నదర్పణములయందుఁ బ్రతిఫలించిన నిజాకృతినే శత్రుక్షయముఁ గావించుటకై తనకు బాసటవచ్చిన హరినిగా భావించుచు,

మంచిగంధము పూయఁబడిన తనశరీరముచే జనలోచనంబులకుఁ బండువు గావించుచు, మంగళమౌక్తికాక్షతలు చేత ధరించి పదాఱు కళలచే నిండిన చంద్రునివలె మదవారణమందయానంబునఁ బటకుటీరమునుండి పూజితంబగు దంతిపైనెక్కి మంగళతూర్యధ్వనులతోఁగూడ యుద్ధమునకు బయలు వెడలెను. ఉదయాద్రి నధిష్ఠించిన భాస్కరునిపగిది భద్రగజము నెక్కిన యా నేలఱేనిమీఁదఁ దరుణీజనసహస్రలోచనములు పడుటంజేసి యక్కాలంబున నమ్మహారా జైరావతముమీఁద నున్న పురందరునిం బురణించెను. యుద్ధము సమీపించినదని సంశయడోలిక నూఁగులాడుచున్న యా రాజేంద్రునిం గరీంద్రము కరాస్ఫాలనంబున స్థిరాశకలవానింగా నొనరించెను. మఱియు నాజయకుంజరము తమ్మిపూతేకు డాలుకలిగి మదవారిపూరితములగు పదచిహ్నములచేఁ బార్థివజయశ్రీ భావితాప శాంతికై తటాక మొండు సిద్ధముగావించు చున్నట్లగపడెను. మఱియు రిపువారణడిండిమారావము వినఁబడకుండ మదపానముఁ గావించి ఝుంఝుమ్మని నాదము సేయు తుమ్మెదలఁ గరాస్ఫాలనంబున నివారించుచున్నదియుంబోలెఁ దొండమాడించుచున్న పట్టపుటేనుఁగు జయసూచకములగు చైదములకు సంతసించుచు వీరరసస్థాయిభావ మంకురించుటం జేసి పల్లవితంబగు చిత్తంబులతో నీరేడులోకంబులకు నచ్చెరువు పుట్టించు సాహసంబున రణరంగములోనికిం దిగిన యా కుంతలేంద్రునకుఁ బ్రణయవతియగు విలాసిని పడుకటింటిలోనికిం బ్రవేశించునాఁటి యానందమావిర్భవించెను.

ఇప్పగిది రణరంగంబునం బ్రమోదంబుతోఁ గొంతతడవు నడచి తూర్యారావముచే దిక్కులు వ్రక్కలింపఁ జేయుచున్న మార్తురబలగంబుం గనుంగొని మదోదకమందు జనించిన నాచువలెఁ బైపైముసురు తుమ్మెదద్రిమ్మరీఁడుల మేనికాంతిచేఁ జీఁకటిపడిన ప్రదేశమును బ్రకాశింపఁజేయుటకై దంతములచే వెన్నెలగాయించుచు, మత్తతంజేసి యఱమూసిన కన్నుదోయితో, మదపూరముచే బురదపడ్డ ప్రదేశమునం బతనభీతిచేతంబోలెఁ బదవిన్యాసము మందమందముగాఁ గావించుచు, సలో

వరంబులం దిచ్చ వచ్చినరీతి నీఁదులాడునప్పు డరవిందములను ద్రుంపి యందున్న సిరి నపహరించినవో యన సిరిచేఁ గలికలలాడుచు, వప్రక్రీడఁ గావించుతఱిఁ గొండకాల్వలనీరు తలమీఁదఁబడినదేమో లేకున్న నింతమదస్రావ మెక్కడిది యని జను లనుకొనునట్లు ధారాపాతముగా మదము స్రవించుచుఁ, జెవులకుంగట్టిన చంద్రునింబోలు ముత్తెపుఁజిప్పలనుమదనదీతటంబునం దిరుగు రాయంచలుగా నూహింపంజేయుచు, యుద్ధసన్నద్ధములై యున్న వేలకొలఁది మత్తదంతావళంబుల నారసి యీ దిక్కుమాలిన భూమి సముద్రమును జుట్టవెట్టుకొని మాగతికిఁ బ్రతిబంధకమాచరించుచున్నదను కోపంబునంబోలెఁ గవికను గణకణకొఱుకుచు, నడుమనడుమ నిలుచుట కీపుడమి యాధారమగుచుండుటచేతఁగదా రవిహయంబులు మనలనవ్వుచున్నవను మాత్సర్యంబునంబోలెఁ బరువెత్తునపు డడుగులు నేలమోపుట తెలియనీకుండఁ బరువెత్తుచు, వైదూర్యనిభంబగు నభంబునం దిరుగు దివాకరతురంగంబులంగాంచి తాము నట్టివికాఁదలంచి బచ్చనిపచ్చికపట్లు గలప్రదేశముల నాకాశభ్రమచే సంచరించుచు ముఖమునుండి వెడలు నురుఁగుఁ జూచి కుమారభ్రాంతిచేఁ బాల్కడలి ముద్దువెట్టుకొనుచున్నదాయని జనులచే నుత్ప్రేక్షింపఁబడుచు, వైరికుట్టిమములందు దెక్కలతాఁకుచేఁ బొడము వహ్నికణంబులు నడుమనడుమఁ గొన్ని ప్రదేశములయందే కన్పడఁజేయుచున్న తురంగమముల సౌరు విలోకించుచుఁ, బరవీర ప్రహారచూర్ణితములగు నెముకల చూర్ణమునుంబోలె తొమ్మన మంచిగందపుఁబూఁత దనరారువారును, భుజద్వయంబుచేతనే యాహవమహార్ణవము దాఁటువారును, బెక్కుమంది విపక్షభటులను మర్దించుతఱిఁ గలిగిన శస్త్రవ్రణముల సంబంధులగు గోతులచే నిండిన శరీరము నిండ వీరరససమాశ్రయణముఁ దెలుపువారును నగు ద్విషద్బలముంజూచి పరాభవము కలుగునేమోయని భయముఁజెందియు మరల ధైర్యము డెందమునం గుదురుకొల్పుకొని తనసేనలను బురికొల్పుఁడు నిరుతెగల ఘోరయుద్ధ మారబ్ధమాయెను. ఉయ్యేలవలె నూఁగు బిలద్వయవండాదిసాధనంబులు గొని సమరద్రుమమునుండి వీరభటమూర్ధంబు

లను ఫలములు రాలఁగొట్టఁదొడఁగిరి. శత్రువునిచేతి కత్తిదెబ్బపడిన యొక భటునకు హృదయముతో సమానముగాఁ గన్గవయు నెఱ్ఱఁబారెను. మఱియొకభటుఁడు తనచేయి యల్లల్లాడుచున్నను మరల రక్తముచే నునుపౌనుటంజేసి జయాశను వదలఁడాయెను. తెగిపడిన రత్నముకుటంబులయందు పరమార్థామిషభ్రమచే శకుంతములు చంచూపుటములు పుండుపడునట్లు పొడువసాగినవి.

ఇట్లు గ్రమముగాఁ బోరు ఘోరమగుడు మార్గముల నరికట్టుచు రక్తప్రవాహములు ప్రవహింప భటుల కొండొరులను దాఁకుటకై కొంత కొంతతడవు కాఁజొచ్చెను. వాక్కులు గుణనాదమును వర్ణించుచున్నను దృష్టులు స్మితసందిగ్ధవిరోధములగుచున్నను గరవాలములయందుమాత్రము వీరరసము దొరలుచుండెను. తెగి క్రిందబొరలు మానవంతుల శిరములమీఁదఁ బదాతులు నడచుట మాత్రము చూచువారికి మిగుల దుస్సహముగాఁ గన్పడఁజొచ్చెను. నేలఁబడియుఁ బగవానిమీఁదఁ బ్రసరింపఁజేసిన దృష్టిమరల్పకుండుట శరలూనంబులగు శిరంబుల యందొక మహాద్భుతంబుగాఁ గన్పడఁదొడఁగెను. కత్తులరాపిడివలన జనించిన వహ్నికణంబులు రణాంగణంబునం బిశాచకాంతలకు నంజుడు వంటకము వండుకొనుటకుపయోగించెను. గజకుంభములనుండి క్రిందరాలుచున్న ముత్యములు నక్షత్రములు క్షీణించుచున్నవనియు జయభాస్కరుఁ డింక నుదయించుచున్నాఁడనియు సూచింపఁదొడఁగినవి. హృదయములయందు శరములు గ్రుచ్చుకొని కరికుంభములయందే మూర్ఛపడిన మావంతులకుఁ గరికర్ణవ్యజనానిలంబులు కొంచెము సేదదీర్చుచు నుపకారముఁ జేయఁజొచ్చినవి. ప్రతిపక్షగజప్రధావనంబున క్షుభితంబై పరుగిడు దంతావళంబు నింకొక కరిగాని తురంగముగాని భటుఁడుగాని మరలింపఁ జాలకపోయిరి. చాళుక్యనరేంద్రుండును గండస్థలములయందలి పులకాంకురములు రణోత్సాహమును సూచింప మత్తగజేంద్రము నెక్కి రణలీలాసరసియందలి రిపుకీర్తిసరోజములను ముకుళింపఁజేయుచుఁ, గరిమేఘపటలంబులు దొలఁగించుచుఁ దనయద్భుతరాజహంసత్వమును బ్రక

టించెను. మఱియు నమ్మహారాజు శాత్రవకీర్తికల్పద్రుమమును నిజభుజబలంబుచే నట్టిట్టుఁ గదలించుటచే రాలిన పుష్పములో యన దొల్లనేసిన కరి కుంభములనుండి ముత్యములు రాలసాగెను. మొదటఁ గరికుంభములు దెగనఱకియుఁ బిదప నరిప్రమదాఘనపీవరస్తనంబుల కుపమానకోటియని స్మరణవచ్చుటంజేసి నిర్ఘాంతపడఁజొచ్చెను. తానెక్కిన గజశిరంబుమీఁదఁ బడు విరోధి శరంబులను జరణంబుచేఁ మరలించుచుఁ, దత్క్రియాపరిదృష్టాంత రాత్మలగు దేవతలు కురియు పుష్పవర్షముచేఁ దడియుచుఁ, గరటిధ్వజంబులమీఁదఁ బడు ప్రతివీర శరావళిని జయకీలకమాలికఁగాఁ దలపోయుచుఁ, గత్తిచేతను శరములచేతను దోమరములచేతను గుంజరధావనములచేతను నొక్కఁడయ్యు వేయిమంది పెట్టునాఁ బోరుచు, సహస్రకరునింబోలె దుర్నిరీక్షుఁడై యసిచ్ఛిన్నంబు లగు నాధోరణశిరంబులచే భూమియుఁ, గీర్తిచే నాకాశంబును నిండించుచుఁ, బలాయమానంబులగు నరికరులకు దిగ్గజంబులు శరణంబులు కాకుండుటకై యవి కన్పడకుండుటకుంబోలె బాణములచే దిగంతములు మూయుచు, రిపుశరఘట్టితం బగు కవచంబునుండి వెడలు వహ్నికణంబులచే సమరసముద్రము నింకింపఁజేయు బడబాగ్నియను తలంపు వైరులకుం గలుగఁజేయుచుఁ, దనయేనిక కాళ్ళచేఁ బడిపోయిన పగఱ తలలు దూరముగాఁ జిమ్మించుచు నాకుంతలేంద్రుండు రణభూమియందు నిశ్శంకముగాఁ దిరిగెను. శరవర్షమును గురిపించు నాపుడమి ఱేని యెదుట క్షణమేని నిలువఁబడుట కొక్కఁడును సమర్థుఁడు కాకపోయెను. విపక్షబల మంతయుఁ ద్రుటికాలములోఁ బీనుంగుపెంటలు చేసిన యా చాలుక్య భూపాలుని శరీరంబున దేవవిముక్తంబులగుపుష్పంబులతోపాటు మరల శత్రుశిలీముఖములుగూడ పడెను. ఒక్కఁడు పెక్కుమంది భటులను గడతేర్చెననుట యెవ్వరికి వర్ణనాస్పదముకాదు: సమరాంగణరంగభూమి యందాటలాడు కబంధ నర్తకులంజూచి భయపడ్డదియుంబోలె విజయలక్ష్మి బలవంతమగు విక్రమాదిత్య భూపాలు భుజము నాశ్రయించెను. పిదపఁ గుంతలాధిపతియుఁ గవచమందును భుజములందును గుచ్చుకొనిన

బాణములను జిఱునవ్వు నవ్వుకొనుచుఁ గమలప్రతిమానం బగు పాణిచే నూఁతఁదీసికొనెను. తలపాగమీఁదఁ దగుల్కొనిన యమ్ములధారమ్మున వంగిన యాయాపురందరుని శిరంబు సంగరలక్ష్మికి నమస్కరించుచున్న ట్లగపడెను. శోణితబిందుముద్రితంబులగు నతని భుజంబులు హతులైన వైరుల శిరోముకుటంబులనుండి జాఱిన రత్నాంకురములచే దంతురితంబులుగాఁ గాన్పింపసాగెను. అచ్చటచ్చట నేనుఁగులమీఁదనున్న యాధోరణుల కళేబరంబులు విశిఖంబులచేఁ గీలితంబులగుటంజేసి యవి పరుగెత్తుచున్నను గ్రిందఁ బడుటలేదు. 'నాథా ! మూర్ఛామిషంబునఁ గనులు మూసికొంటివా యేమి? కైతవము వదలుము; ఇది యుపేక్షించుకాలము కాదు. నీవు సుభటుండవు, స్వామికిఁ బరాభవంబు రానీయకూడదు. స్వర్గలోకమునఁ బురుషులు దొరకక వేల్పులంతె లిచ్చటికే వచ్చుచున్నారు. ఈయుపాధిచేతనే నాయందు దయయుంచుము. నన్ను దిరస్కరింపకుము; శ్వాసమీరగోపనము చేయకుము. సురవారకాంతల ముఖచుంబనంబునం గాఁబోలు నీకిదే ఘ్రాత్రపరిమళ ముప్పతిల్లుచున్నది. నామందదృష్టవశంబున నీవీ యధైర్యమాశ్రయించితివి అక్కటా ! నీస్వామి గృహంబునుండి సంపదలు లేచి పోవుచుండుటఁ జూచి యూరకుందువా ? నీవు నాయిల్లువిడచి సురాంగన యింటికేగెదవా ? స్మరాతురుఁడా ! స్వామినీయెడలఁ గనఁబఱచిన యితరదుర్లభంబగు సమ్మానము మఱచిపోయెదవా "యని బొమ్మవాఁదుకొనుచు నేడ్చు వీరవిలాసినుల కన్నీటిచే దుర్దినంబగు రణభూమిని విలోకించుచు, సమరాంబుధి యవలియొడ్డునకు దాఁటి శాత్రవుఁడు పలాయితుండాయెనను మాటవిని 'యకట ! యీయపాత్రుఁడు కీర్తియుఁ బౌరుషమును గూడఁ బోఁగొట్టుకొనె'నని యాకుంతలేంద్రుఁడు వ్యథపడసాగెను. సహజసౌమ్యులకు దుర్మార్గులయందును గోపము చిరకాలస్థాయికాదు. కరితురగ సమృద్ధమగు శాత్రవలక్ష్మి నంతఃపురకాంతలతోఁ గూడఁ బరిగ్రహించి యావిక్రమాంకరాజదేవేంద్రుఁడు లలితగతియగు నేనుఁగు మీఁది సింహాసన మారోహించి జయపతాకావిరాజితమగు శత్రురాజధానిం బ్రవేశించి, కులకంటకుండగు సహోదరుని నడవీనడుమనుండి రప్పించి కారుణ్య

ముచే నెలుఁగుగద్గదపడునట్లు ప్రియసంభాషణంబుఁ గావించి యతని సంతోషపరచి శిఖరములకు వ్రేలాడఁ గట్టిన ముత్యాలదండలను మిషంబున యశోగుచ్ఛంబులను గనఁబడుచున్న నిజరాజధానిం బ్రవేశించెను.

ఇదిపంచదశసర్గము

షోడశ సర్గము

★

కుంకుమపువ్వులను ముకుళింపఁ జేయుచుఁ, గ్రొంచాంగనల మదనార్తులఁ గావించుచు, నుత్తరవాయువులకు మిత్రమై, వియల్లావణ్య మపహరించి శరత్కాలాతపముచే వాఁడిపోయిన చక్కనిచుక్కలరాయని వంకరేకకు వల్లభం బై, స్మరభూపతికి సామంతరాజైన హేమంతరాజము పిదపఁ గన్నులపండువయ్యెను. సౌభాగ్యగర్వముచేఁ బొగరుకొనిన శారదచంద్రుని సౌరంతయు నీరసింపఁజేసి కాంతాముఖములకు సేవకునిగావించిన యీ హేమంతర్తువునందు రాత్రిలింతకుమున్ను తమనుండి కొంతయంశము నపహరించిన పగళ్ళనుండి మరలఁ దమయంశమును దాము క్రమముగా లాగికొనసాగెను. అలకాపురికాంతల యలకలను గస్తూరికామకరీపత్రములకుఁ జుట్టములగు కపోలములయం దాడించుచుఁ గైలాసవాయువులు మెల్లన వీవఁజొచ్చెను. భర్తలయందుఁ బ్రణయకోపముఁ జూపించుటకుఁ గాని ప్రణయము చూపించుటకుఁ గాని కామినులకుఁ జాలినంత యవకాశ మొసంగుచు దీర్ఘతరములైన త్రియామలు ప్రౌఢలగు చేడియలు పురుషుల సంకోచపఱచినపగిది వాసరములను సంకోచపఱుపఁదొడఁగినవి. నభఃకేదారమునందుఁ గ్రొత్తగ మొలకలెత్తిన మంచువిత్తులవలెఁ దారకలు గనువిందు చేయసాగినవి. చలి మదిరాక్షుల సర్వాంగముల నాశ్రయించెను గాని కందర్పదర్పోష్మమునకు జడిసియో యనఁ గుచద్వయము ప్రక్కకుఁ బోలేకపోయెను. జగత్రియము శీతాక్రాంతమైయున్న యక్కాలంబునను మన్మథతేజోభూములైన కృశాంగుల కొన్ని యంగకంబుల

మాత్రి మద్భుతమగు వెట్ట విడువదాయెను. కామినీజనులకు సంతతగాఢాలింగనకౌతుకము రాత్రులు కలిగించినవి. తమ కుచంబులమీఁది కుంకుమపూఁతలకుఁ దుషారాదివాయువులవలని విస్ఫోటనము కలుగకుండఁ గామినులు ముఖచంద్రుల నందుఁగాపుంచిరి. చెఱకుపానకమువండుపొలములను గడ్డగట్టినపెరుఁగును గుంకుమచర్చయు హేమంతమునకు జీవితప్రాయము లయ్యెను. నాకు వైరియగు కఠోరకిరణున కిది ప్రణయస్థానమను కోపమునం బోలె మంచుపద్మలతలను సూర్యునిసమక్షమునందేమాడ్చెను. కాలగతితప్పినప్పుడు తేజోవంతులు మాత్రమేమిచేయఁగలరు? వారకాంతలచేతఁగూడ నిష్కపటగాఢాలింగనముఁ జేయించు నీతుహీనర్తువు క్రమక్రమాభివృద్ధియగుడు విహారయోగ్యములగు కొన్నిదినములయందు సిరదనీలంబగు కవచముందొడుగుటం జేసి నల్లకల్వపువు తేకులు కంకటముగాఁగల కుసుమాయుధుం దిరస్కరించుచు, [illegible] ఁద ముత్యాలహారమునలంకరించుకొనుటం జేసి మేఘములతోడను నక్షత్రములతోడను గూడికొని క్రిందికి దిగివచ్చు విద్యాధరుని హృద్యత్వ మనుకరించుచు, వెంటఁ జను దెంచు వందలాప్రముఖ లగు కామిను లుదారహార [illegible] ఁ బ్రతి ఫలించుటంజేసి సపరిచ్ఛదలక్ష్మీవక్షస్కుఁడగు మురారిం దిరస్కరించుచు బొమ్మన వ్రేలాడుచున్న స్థూలమౌక్తిక హారంబు లనునెపంబునఁ దాను పిన్నటనాఁటినుండియుఁ బెంచి పెద్దఁ జేసిన కీర్తిదుప్ర బ్రకటించుచు, నయనమనోహరం బగునీలాతపత్రముఁ దాల్చుకతంబున లక్ష్మీకులమందిరంబు లగు నీలోత్పలంబుల దాఁపున వసించు రాజహంసముం బురణించుచు, రెండుప్రక్కల నురుఁగుముద్దలవంటి వింజామరలచే వీవఁబడుచుండుటంజేసి సమస్తజగద్విజయముఁ గావించి దోష్యగము సంపాదించిన కీర్తిపుంజములచేఁ గొలువఁబడుచున్నవాఁడుం బోలె విరాజమానుండగుచు, సర్వదాఖురన్యాయ మాకాశముమీఁదికే ప్రసరింపఁజేయుటం జేసి సూర్యతురంగములపైఁ గలకోపమున వానిం దలదన్నుటకై ప్రయత్నించుచున్నదోయన డిండీరవిపాండురం బగు దేహంబు కల్గుకతంబున మీరు ఘర్మాతపంబుచే వాఁడి నల్లఁబడితిరని సూర్యునిహరిదశ్వములను

నవ్వుచున్నదో యనఁ దేజో విశేషముచే సంతోషపెట్టఁబడిన మనంబుల సకాశంబున వేగము నార్జించినదో యనఁ దనరారుచు వాయువునైనఁ గుంటివానిఁగాఁ జేయఁదగిన యొక యుత్తమాశ్వము నెక్కి మృగేంద్రగామియగు చాళుక్యచక్రవర్తి మృగయావిహారమునకు బయలుదేఱెను. పల్యాణమణి కాంతిపూరముచేఁ బూయఁబడిన యా నరేంద్రుని హరింద్రము సమరాంగణంబునఁ జితుకఁ ద్రొక్కిన యరిభూపాల శిరఃకిరీటమాణిక్యరజస్వలమో యనఁ బ్రకాశించెను. మున్ముందు జనులదృష్టి చిత్రోల్లిఖితులఁబోలి కదలకుండు నశ్వవారులపై వ్రాలి పిదపఁ దత్ప్లుతగతి మండలంబులను సుడిగుండంబులనుబడి యచటనుండి కదలలేకపోయెను. నడచుచున్న మన్మథరాజధానియు విభ్రమపల్లవంబులకు లీలావనంబును శృంగార రసంబునకుఁ బ్రతిష్ఠాకారణంబును నగు నంతఃపురమాతని వెన్నాడెను. వార కామినులు భ్రూకార్ముకములయందుఁ గటాక్షబాణములను బూన్చికొని గుఱ్ఱములనెక్కి వెంటవచ్చుచు దిగ్విజయము చేయఁ బోవు ననంగమహారాజు సేనవలెఁ బ్రకాశించిరి. మృగపోతములకుఁ గృతాంతదూతలును మృగయాలీలా సరోవరంబునందలి మరాళంబులును హింసాదేవతకుఁ గ్రీఁగంటిచూపులును నగు నమ్మహారాజు వేఁటకుక్కలు ముందునడువసాగినవి. ఇప్పగిది వెడలి ముల్లోకంబు లొక్కసారి దాఁటవలెనని కుతూహలపడు గుఱ్ఱము నెక్కి కొంతదూరము పోయినతరువాత నట్టిట్టు దిరుగు లేళ్ళచే మనోహరంబు లగు వనాంతరంబులు గనుంగొని యత్యంతప్రియలగు కొందఱుభార్యలతో నందుఁ బ్రవేశించిన యానృపతి కట్టెదుటఁ దఱుచైన నీలిగుడ్డరవికలవంటి యాకుగమిచే నర్కకిరణంబులు సోఁకకుండఁజేయు గిరిస్థలంబులందు, స్నేహితురాండ్రగు గృహిణులచే ముద్దుపెట్టుకొనఁబడుచున్న తుంగముంపలతావిఁ దొలఁకు మొగంబులతోఁ గొండలం బోలియున్న సూకరమండలంబును వెనుకనున్న కాంతలకుం జూపించుచు నొక్కబాణంబున నేనుఁగు గున్నవంటి మేను గల యొక యడవిపంది నేసి చంపెను. కొన్ని సూకరములు బాణము తగిలినవెంటనే నేలఁబడినవి. మఱికొన్ని బాణములతో గుచ్చుకొనఁబడియే కొంతదూరము

పసగెత్తినవి. కొన్ని వరాహములు కఠోరశరపాతము వలనిభయమున విషమంబులగు గిరిస్థలములయందుఁ దిరుగాడఁ జొచ్చినవి. చాలుక్యభూపాలుని శరము వరాహమును నేలపైఁ గూలవేయుటచేత దానిని బుడమియే మోయవలసివచ్చె; వరాహమే భూమిని మోయుచున్న దనుతొల్లింటి పెద్దల వాక్యమున కిది విపరీతమైనది. విలాసముకొఱకొక్కయడవిపందిని జెట్టు నంటిపెట్టుకొని పోవునట్లు బాణాగ్రముచేఁ గీలించిన నయ్యది యాలానబద్ధమగు పిల్లయేనుఁగు సౌరువహించెను. ఒకకుక్క బంగారుగొలుసుతోడనే పసగెత్తి యడవిలోనికింజొచ్చు పోత్రినిజూచి వెంటఁ బరుగెత్తుచు నా గొలుసు ముండ్లచెట్లకుఁ దగులుకొనుటచే నూడఁదీసికొనఁజాలక పరిష్కృత కార్యమునకు భంగమువచ్చెఁగదాయని బొయ్యిమని మొఱఁగసాగెను. ఒకలేడివెలువ తనప్రియుఁడు రాజు బాణమున కగ్గమగుటఁ గాంచి తాను నెదుటికే పోయెను. శరక్షతబాధకంటెఁ బ్రియవిప్రయోగజ్వరమే యెక్కువది గదా! సప్తర్షిమండలసమీపమునకుఁ బోయి తదాశ్రమమృగముల మైతిమేని మనలసీరాజు బాధింపఁడని తలఁచియో యనఁ గొన్నిలేళ్ళు పైకెగురసాగినవి. ప్రయుక్తములైన యీ రాజబాణములయందుఁ బయోదరధారాభ్రమము కలదగుటచే మయూరము శరమునకు గుఱియై వచ్చి మోసపోయెను. విరహిణీజన దుస్సహమగు పయోదకాలము కేకావికలమై వారికి సుసహ మగునట్లే నరేంద్రుని పృషత్కంబు లరణ్యమంతయు మయూరశూన్యముం గావించెను. రఘురాజపుత్రుఁడు పూర్వము దశాననవిజయి యయ్యెను. ఈ కుంతలరాజపుత్రుఁడు పంచాననజేతయయ్యెఁ గావున పునమా రాముని యంశములో సగమంశము కలవాఁడని చెప్పుటకు సందియములేదు. తూణీరమునుండి తీసియుఁ జాపమునం దొడిగియు నప్పుడమి ఱేఁడు లేటిచూలింతలపై గర్భాలసలగు ప్రమదలు స్మృతికి వచ్చుటఁజేసియో యనఁ దూపులు విడువఁడాయెను. వేయిమాటలేల? ఆ యరణ్యమంతయు వరాహవిప్రయుక్తముగాను, గేసరివికలముగాను, రంకుశూన్యముగాను గావించి యందు శిశిరలక్ష్మిచే సేవింపఁబడెను. కుంకుమ పూఁతచేనులివెచ్చనగు కాంతలశరీరంబులును జవ్వనంపువేఁడిని మసు

రంబులగు కుంభస్థలంబులును సకలకాముకయామికుండగు మదనునకా శిశిర రాత్రులయందు జీవితప్రాయంబులయ్యెను. మంచిగంధపుఁజెక్కనలి యంటించిన కుంపటుల యందును, దెల్లనేలువుల యందును గృష్ణాగురుజ్వలనధూమంబులందును ద్రిలోక కాముకవిజయియగు మదనప్రతాపము నివసించి యుండెను. నలుగడలనెగడులంటించిన విలాసగృహంబులయందుఁజుట్టును దూదిపఱుపులచేఁబరివేష్టింపఁబడిన శయ్యలపై వెచ్చవెచ్చని ప్రణయినీకుచమండలంబుల నాశ్రయించినవారి యెడలమాత్రము శిశిరఋతుగర్వము విఫలంబయ్యెను. వేఁటయలసటచేఁ దేలికపడిన శరీరముతో మన్మథార్తిని విస్తరింపఁజేయు నీశిశిరరాత్రులందు కామినీసమాలింగనసుఖ మనుభవించుచుఁ గుంతళదేవేంద్రుండు సర్వర్తువులయందు శిశిరర్తువే ప్రధాన మయినదనియు సౌఖ్యప్రదమనియుఁ దలపోయుచు గౌరీదేవి విలాసమునకై యంటించిన యగురువత్తుల సెగచే నల్లఁబడి కంఠక్షోదముఁ గావించునను భయంబున శ్రీకంఠకంఠోరగంబులచేఁ గబళింపఁబడక నిరాటంకముగాఁ దెఱచిన శారదా గృహద్వారంబునుండి బయలుదేఱిన కైలాసవాయువులను గొనియాడుచు వితస్తానదీతీరమునందలి మంచుఁదుంపురులచే స్పృశింపఁబడి పయోష్ణీనదిం బీడించుచుఁ జంద్రభాగాతరంగములయం దోలలాడుచు యమునానదీతరంగములచేఁ బవిత్రితంబులై గంగానది రెండువరుల యందు దేవదారుద్రుమంబులఁ గదల్చుచు వచ్చు తుహినగిరితటీకేళికారంబు లగుసమీరంబుల కుల్లాసంబుఁ జెందుచుఁ గుంతళదేవేంద్రుండుదార లసదారలతో శిశిరఋతుసుఖ మనుభవించి లీలాగారసుఖ మనుభవించుటకై నిజపురంబునకుఁ జనుదెంచెను. మహాభోగులగు రాజేంద్రులకుఁ ద్రుటికాలమేని విలాసదరిద్రము రాదు కదా!

ఇది షోడశసర్గము

సప్తదశసర్గము

ఇప్పగిది భూమియంతయు నిష్కంటకంబు గావించి విక్రమాంక నృపాలుండు యాచకులకు వేలకొలఁది సువర్ణము లీసాఁగెను. దీనజనుల

యార్తిహరింపనిచోఁ దటిత్పల్లవచంచలంబులగురాజులసంపదలు కొల్పనా! చాళుక్యవంశంబున నెందఱెందఱో మహారాజులు జన్మించిరి గాని యీ మహారాజువంటి కీర్తి ప్రతిష్ఠ లార్జించినవా రొకడును గారు. ఇయ్యనఘుఁడు మానుషాపదలను హరించుటయే కాక దైవికాపత్తులను గూడ హరింపఁజాలెను. మనకు నీ రేవి యిచ్చుచున్నవో యాసముద్రములే యీ నరాధిపతికి వశ్యములై యున్నవి. 'మనము నైతము వశ్యముల మైతిమా లెస్సగా నుండు' నని పయోదము లాకుంతళాధిపతి దేశమున యథోపయోగముగా వర్షింపఁ దొడంగెను. అతని ప్రజ లకాలమృత్యువునే యెఱుఁగరు. దుర్భిక్ష మనుమాటయే లేదు. వేయేల, ఈపుడమిఱేని రాజ్య మిక్ష్వాకురాజ్యమును మించియుండెను. వేవెలుంగులదొర వేఁడి జనులను బాధింపక సర్వదా సుఖప్రదమై యుండెను. పక్వములైన ఫలములు పతన భీచేఁ బాండుతను దాల్చి పాదపంబులను భజించుచుండెను. వాయువుఁ శ్రమమాత్రాపనోదనంబుననే జనులను సంతసపఱుపఁ జొచ్చెను. తలుపుఁ మూయకయే జనులు రాత్రులయందు సుఖముగా నిద్రించిరి. గవాక్షరంధ్రంబుల గుండఁ జంద్రకిరణములు తక్కఁ దస్కరాదులు ప్రవేశించుటయే లేదు. సంతత తూర్యనిస్వనంబులచే దెస లలక్ష్యదిక్కుంజరకంఠగర్జితము లొనర్పఁబడెను. ప్రతిపురంబున నుత్సవంబు ప్రబలెను. ధ్వజాంశుకంబులు దివంబు నిండి సూర్యుని గప్పివుచ్చఁదొడంగె. ఇప్పగిది నిండు వేడుకతోఁ బ్రజలడెందములకుఁ బండువుగఁ బుడమి శత్రుపృథివీపతుల మదాంధత్వ ముడిపిన తనభుజములకు మరలఁ బండువు చేయఁదలఁచుచునే యుండెను.

ఈరీతి నీరీతిగ రాజ్యమేలు నమ్మహారాజునకుఁ గ్రమముగా స్వసమాన భుజవిక్రమాదిగుణసంపన్ను లగుకుమారులు వాడమి ప్రతిపచ్చంద్రులవలె వృద్ధిఁ జెందసాగిరి. అనన్యసామాన్యపుగు పుణ్యము కలవారి మనోరథద్రుమములు నిర్యత్నముగనే ఫలింపఁగలవు. ఉన్నతములగు బంగారు మేడలయం దాడుకొనుచున్న యామహారాజకుమారులు తమ విమానము లని భ్రాంతివడి యచటఁ బ్రవేశించిన విద్యాధరరాజబాలకుల

వలెఁ బ్రకాశించిరి "నే నేస్వపేందుప్రినకైనను ప్రాణసమమైనదానవే కాని యీరాజొకఁడుమాత్రము నన్ను గడ్డిపఱకఁగా భావించుచున్నాఁ" డని తననిర్వేదమును బ్రతియాచకునితోడను సువర్ణము చెప్పుకొనుచున్నదోయన వారికర్ణములనాశ్రయింపఁదొడఁగె. విక్రమాంకమహారాజుగారిచ్చినబంగారు నగల ధగద్ధగలచే వెలుఁగుచున్న యాచకులయొద్దకు దారిద్ర్యమితఁడులఁ బెట్టఁబడుదునేమోయను జంకునఁ జేరలేకపోయెను. మన నెత్తిమీఁదదేవాలయమున్నదికదా! ఇఁక నాజోలికి మహారాజు రాఁడు, వచ్చి నన్ను ఖండములు గావించినచో దేవాలయము కూలును' అని బంగారు కొండయాపృథ్వీపతి త్యాగియై యున్నదినములలో నిర్భయముగానేయుండెను. కలినాశనముకొఱకు భూగర్భమునుండిబైటకు వచ్చిన ధర్మదేవత బుజమోయన మిగుల నెత్తైప్రాకార గోపురాదిమండితంబైన విష్ణ్వాలయమొకటి యారాజమూర్ధన్యుని యకృత్రిమ దైవభక్తిని వెల్లడిచేయుచుండెను ఆకసము నంటియున్న యాదేవాలయమునకు మరలించి తన రథమును దోలుటచే మింటిమానికమగు భాస్కరునకు సిశ్వరుని దాఁటెనని యపకీర్తి యొండును, గుఱ్ఱములకుఁ బరిశ్రమము గల్గుట యొండును లేకపోయెను. దనుజేంద్రవక్షోవిపాటనముఁ గావించుటకై కంఠీరవావతారమెత్తిన మహానుభావుఁ డాదేవళమందు వసించుటచేతనో యనఁ గలికాలకుంజర మచ్చటనుండక పారిపోయెను. దానిశిఖరము మీఁద నున్నపసిఁడికుండలకుఁ జుట్టునున్న ముత్యాలదండలు వేవెలుఁగులదొరవారువంబులందునీ రున్నదను నాసచే ముట్టులు వంచి త్రాగఁబోవుచోఁదగులుకొనిన నురుఁగుముద్దలవలె దనరారుచుండును. అచటి కురువిందపు జాతిబొమ్మలనుండి వెలికిఁ గ్రమ్ము కాంతిమయూఖంబులు నృత్యముచేయు నాటవెలందులయాటపాటలకు సంతోషబాష్పములు వదలుచున్నవో యనునట్లు ప్రకాశించుటంజేసి యవి సజీవప్రతిమలవలెఁ దనరారుచుండును. దానిముంగిలియందున్నలాసిక లుల్లోచములయందలి రత్నములఁ బ్రతిఫలించి యాకాశమున విహరించుటకుఁ జనుదెంచిన విద్యాధరరాజకన్యకలతీరుగా మదికి నానందము పొందు పఱచుచుండును. ఏతాదృశమగు ననేతాదృశపార్థివమునఁ

దనరారు నాకోవెలయం దారాజపురందరుఁడు నాలుగుదిక్కులకు వ్యాపించియున్న యొక గొప్ప కోనేరు త్రవ్వించెను. అనుపమశ్రీ గల యా సరసీరాజముతో గతశ్రీ యగు పాల్కడలి సాటి చెప్పుటకు నెవ్వరును సాహసింపరు. ఆకోవెలయం దున్న పుండరీకాక్షుఁడు మున్ను తనపాదమునుండి గంగారూపముగా వదలిన నీరుదక్క నంతయు మిగిలి యున్ననీరంబు నిందు విడిచెనో యన నందలినీరు పరిశుభ్రముగా నుండును. 'ఈవిక్రమాంకదేవనృపాలుఁడు మిగులఁ ద్యాగి యనుమాట విని యాచించుటకై కుంభసంభవుఁ డెన్నఁడేని యిచ్చోటికి వచ్చెనా, కడలియంతయు నాపోశనముఁ గొన్నవాఁ డని యాతనికిఁ గలప్రతిష్ఠలను నే నడంపఁగలను' అని యా తటాకము సర్వదా చాటించుచున్నదో యనఁ దరంగమాలికలతో ఘూర్ణిల్లుచుండును. "భాగీరథీ! యేటికి క్షారపయోనిధిసంగమ మభిలషించి దుర్భగావ్రతముం బూనెదవు? నాతోడిపొత్తున కంగీకరింపుము" అని తరంగహస్తములచే నాకాశగంగను బిలుచుచున్నదో యనునట్లు తనరారు తత్తటాకమునందలి నీరముఁ గ్రోలిన మొయిళ్ళు వర్షించు జలబిందువుల పరిణామంబులగు ముత్యములు దాల్పనేర్చిన యేణవిలోచనలందఱుఁ బురాణముక్తాఫలము లనాదరభావముతో విసర్జించుచుందురు. ఆ సరసీతీరంబుననే స్వర్గమునుండి కొంతభాగమును, సత్యలోకమునుండి కొంతభాగముం దెచ్చి యొక నూతనపురమును గల్పించెనో యనున ట్లొకపట్టణమును నిర్మించెను. తత్పురీవరంబునం దరుణులు సౌధావరోహణము సేయుతఱి రత్నభిత్తికలూఁతకట్టు లందించుచున్నవో యన మయూఖఖండంబులు సోపానముల మీఁదికిం బ్రసరింపఁ జేయుచుండును. చిత్రలిఖితంబులగు దంతావళంబులయందు సత్యభ్రాంతిం జేసి మాటిమాటికి సురదంతావళంబు దుముకుచుండుటం జేసి తత్పురీసౌధంబుల కౌన్నత్య మొకదోషముగాఁ బరిణమించెను. సూర్యుని వారువంబులకు నిరాలంబమగు దారిని నడుచుటవలన పరిశ్రమము తత్పురీచంద్రశాలాకుట్టిమంబులు లేనిచో నెట్లుతీఱును? 'ఈరాజు నాతండ్రి యంశమునఁ బొడమినవాఁడు, తత్పత్నియు మాయమ్మయంశంబునం జనించినది గదా! యింక నాకు భయ మేమి' యనురీతిఁ బ్రపత్తంబు

మదనుని దుడుకు చెయ్దము లప్పురంబున నిరంకుశంబుగాఁ బ్రవర్తించుచుండును.

ఏతాదృశసంపత్సనాథుండగు నా విక్రమాంకదేవనృపాలుండు ప్రతిదినము నర్థులై వచ్చుయాచకులకు షోడశమహాదానమ్ములు గావించుచుండఁ దద్దానోదకపంకిలంబులగు తద్గృహాంగణంబులం గలిపురుషుండు పతనభీతిచేతంబోలెఁ జొచ్చియే యెఱుఁగఁడు. మిక్కిలి విలువగల సువర్ణరాసులయందు పైత మామహారాజు గడ్డిపఱకకంటెను లాఘవముఁజూపించుచుండెను. కాని చందన పిండపాండురంబగు కీర్తియెడల మాత్రము పరమలోభియై యుండెను. సువర్ణత్యాగి యగు నీనరపతివలనఁ దనకేమి యాపద మూఁడునోయని పైఁడికొండ భయపడి తన్నుఁజూచి బంగరుకొండ కాదనుకొనుటకై ప్రతిబింబితాకాశఫలంబునం దనయందలి నీలిమం గన్పఱచుచుండెను. వెయ్యేల, ప్రదానశీలుఁడగు నామహారాజు శాత్రవగృహంబు లన్నియు రిక్తంబులు గావించి యావకులయిం డ్లన్నియు ధనపూర్ణంబులు గావించెను. నిజముగా ధాత "దరిద్రుఁడగు" నని వ్రాసిన యర్థి సముదాయమును గూడ భాగ్యవంతముం గావించి బ్రహ్మలిపినిగూడ నన్యథా చేయుటకుం దగిన వాఁడై యుండెను.

కుంతళేంద్రుం డిప్పగిది నిరంకుశుఁడై రాజ్యముం గావించుచుఁ, జోళరాజు మరల బలగర్వితుఁడై పుంఖీభవించి యుండెనని విని యాతని మద మడఁచుటకై సేనతో దాడివెడలెను. శ్రీని గాంచుటకుఁ బయోవార్ధి మథనంబును, నారదమహామునికిఁ గన్నులపండుగయు, దేవవేశ్యాంగనలకు మగలు దొరకు క్రయాపణంబునగు సమర మా యిరువురు రాజన్యులకుం బ్రవర్తిల్లెను. ఒక భటుఁడు తన శరీరమునంధు గ్రుచ్చిన యేనుఁగు దంతమును దనకత్తితోఁ బెకలించుకొని యారంధ్రంబునందు జీవితవినిర్గమన భయంబున నొక యయఃకీలకము బిగించుకొని మరల సంయుగంబునకుం దీకొనియెను. ఇంకొకభటుఁడు కత్తిచే నఱకఁబడి తనయంసంబునంద నిలిచియున్న తలను వామకరంబునం దిగఁద్రోచి పరువెత్తుచు

నందట కొనియాటకును బాత్రుఁడయ్యెను. వేఱొకభటుఁడు పగ వానిచేఁ దన యెదఁద నాటింపఁబడిన కృపాణమును దనయినుపకత్తళంబు రాపిడిచే రిపుశరంబులవలనఁ బొడమిన యగ్నిపొగ యనుకొనియెనే కాని కత్తి యని యెఱుంగఁడాయె. ప్రత్యర్థిదంతిదంతము గుచ్చుకొని పులకరించిన మొగముతోఁ దనరారు నింకొకయోధ మృణాళదండమునయశస్సుధారసము త్రాగుచున్నట్లు కన్పడెను. వేఱొకయోధుఁడు రిపుశరక్షతంబుల ముక్క ముక్కలయిన యెముకలతోడనే మరల శత్రువుపై విజృంభించుట చూడఁ దపనమండలంబున సుఖప్రవేశార్థమై తన యస్థిపంజరంబును ముద్దఁజేసి కొనుచున్నట్లగపడెను. అడుగడుగున రక్తపంక మంటుకొనుచున్న దిననాథమండలము సమరభూమిం బ్రవహించురక్తనదులలోఁ బ్రతిఫలింపనా ప్రతిబింబంబులు రక్తపాన మొనరించు రాక్షసాంగనలచేతి గిన్నెలవలెఁ దనరసాగెను. ఇంకొకవీరుఁడు ప్రవిష్టనారాచభారముచే శాత్రవునిం దలకడచుటకుం జాలక వెల్లనైన చూపుతోఁ దన భుజమువంకనే చూచుకొనసాగెను. ఒకయేనుఁగు శరక్షతిచే బద్దలయిన తన దంతద్వయమును దంతచతుష్టయముం బోలెఁ దాల్చుచు రాఁబోవు నమర్త్యభావము నిప్పుడే కన్పఱచుచున్న ట్లగపడెను. "మేనకా! స్వయంవరపుష్ప మాలికకే పువ్వులుచాలక విలువ యెక్కువయగు నీకాలంబున శిరీషకోమలంబులగు నీభుజంబులకుఁగూడఁ బుష్పాలంకార మేటికే! రంభా! మగలు కఱవు వచ్చినట్లు సర్వదా ప్రాఁతమగనితోనే క్రీడించెదవేటే! చాలుచాలు! సురాంగనాజన మంతయు నిట్టికాలంబునందుఁగూడ నీవిట్లున్నచో నీప్రాగల్భ్యమునకు లోపముఁ దెత్తురు. ఓసీ! తిలోత్త! మామూర్ఛాముకుళితేక్షణులగు వీరినప్పుడే విమానముమీఁద నెక్కించుకొంటివేమి? వీరికిమరల సంజ్ఞవచ్చెనేని సమరాంగణమున కుఱికెదరు గాని నీకుఁ దక్కరు. ఓశశిరేఖా! యీభటుని యవమర్యాద కనుఁగొంటివా! మొదట నాకు దొరకె యీవాతాయనంబుగుండ నా శాతోదరిం గాంచి దానియొద్దకుఁ బోనెంచుచున్నాఁడు. ఓ హరిణీ! ఇతని మెడలో దండ నీవే ముందు వైచితివో నేనే ముందువైచితినో నిశ్చయింపఁజాలక మన యిరువురకును వివాదమేటి, క్షమించుము చెప్పవెసు

గోరిన వనియే యతని భార్య యగుట నిశ్చయించుకొందము. చూచితివా! హేమా! అది సౌభాగ్యమదమున వానిని గైవసముచేసికొనుచున్న, దీన్మ దార్తుఁడగు భటుని జూచితివా! పరాఙ్ముఖియై యున్న పిశాచాంగనం జేరి "యిహిహి" యని మరల నీదెసకుఁ జనుదెంచుచున్నాఁడు. అహహా! పరోపకారపారీణులలో నారదునంతటి మహాత్ముఁడు లేఁడు. అతఁడు మనకుఁ గాముకక్షామము లేకుండ మహాయుద్ధములు కల్పించుచున్నాఁడు.' అనుచు నచ్చర లందఱు శ్రవణామృతముగాఁ బ్రశంసించుకొనసాగిరి.

ఇట్లు భటు లన్యోన్యము పోరాడఁ గుంతళదేవేంద్రుండును నిజ భద్రగజము నధిష్ఠించి శత్రుసైనికుల మొగము లన్నియు నారాచపరంపరలచేఁ గప్పివుచ్చెను. ఆధోరణుల నేనుఁగులమీఁదనే కూల్చి యశ్వవారుల నశ్వంబులమీఁదనే పడఁద్రోచి పదాతులం బుడమిపైఁ గసిమసంగించి యెచటఁ జూచినఁ దననామాంకితంబులగు శరంబులే కన్పడఁ జలుక్యవీరుం డరాతిబలమంతయు నిముసంబునకు రూపుమాపెను. ఇప్పగిది రణరంగంబున విజృంభించిన విక్రమాంక మహీపాలుని దాడి కోర్వలేక చోళాధిపతి పాఱిపోయెను. అదియుక్తమే, ఈ విక్రమాంకమహీపాలుని బారిఁబడినవారికిఁ బలాయనము గాని కారాగారవాసముఁ గాని తప్ప వేఱొకగతియే లేదుగదా! ఈపగిదిఁ జోళేంద్రుని రాజ్యలక్ష్మిని గ్రహించి యాకాంచీనగరంబునం గొన్నినాళ్ళు వినోదంబు లనుభవించి చతురంగబలభరితదిగంతరుండగు కుంతళదేవేంద్రుండు నిజరాజధానిం బ్రవేశించి సుఖంబుండె.

ఇది సప్తదశసర్గము

అష్టాదశసర్గము

★

కవిప్రశంస

నిరంకుశముగఁ దిరుగు కలికాలమత్తద్విపమున కంకుశంబులైన తరంగమాలికలచే మిగులఁ జెన్నొందు వితస్తానదిచేఁ జుట్టువారంబడి

యున్న ప్రవరపురమను బహుపురాణమగు పట్టణ మొకండు కాశ్మీరదేశంబున నిందుమౌళి గౌరిం బెండ్లియాడినందులకు సాక్ష్యమిచ్చుచుండును. దానికి నలుప్రక్కల నున్న ద్రాక్షాలతారామముల యందలి ద్రాక్షారసము సమస్తలోకములవారికి నచ్చెరువు పుట్టింపఁగలిగినంతటి మాధుర్యము కలది. అది కడుపారఁ ద్రాగి సంతాపశాంతి జెందుచుండుటచేతఁ గాఁబోలు ఖరకిరణుండు జ్యేష్ఠాషాఢ మాసములయందుఁ గూడ రత్నశ్రేణీకిరణకలితాకోమలంబగు నంశుమాలిక వహించి యుండును. తొల్లి దర్పంబునఁ గైలాసశైలమును గేల నుయ్యేల లాడించి నవ్వువెన్నెల దశదిశలయందును వెదచల్లిన దశాస్యుఁడుఁ గూడ నచటి విప్రోత్తములు శాపమిత్తురని జడిసి పుష్పక మాదారినుండి నడిపింపక దూరముగాఁ దొలఁగిపోయెను. ఉత్తుంగములగు తత్పురీసౌధములయందలి వాతాయనంబులం గూర్చుండి శాస్త్రచర్చలును వ్యాఖ్యానములును గావించుచున్న సమస్తలోకదుర్లభులగు పండితులపై గీర్వాణులు బృహస్పతి లజ్జించు ననియెడి సందియమే లేకయున్నఁ బూవులవాన యేల కురిపింపరు? తత్సౌధశిఖరంబులు పొడవునందుఁ దమతో సాటి కాఁగల హిమవచ్ఛిఖరంబులను నిర్మలంబులగు తమకీర్తులచే ధవళితంబులు గావించి తెలుపునందును సామ్య మొసంగుచుండును. శారదాదేవి తనకు వాహనం బగు హంసిని మధుమతీనదీసైకతంబున విహారార్థ మునిచి సర్వదా తత్రత్యులగు పండితులకు విద్యారక్ష గావించుచుండును. కౌతుకములకు నిధియును, విద్యలకుఁ బుట్టినిల్లునునై, యనేక మహారాజుల గుణవర్ణనామృతంబున లోకుల కర్ణపుటంబులు నిండింపఁ గలిగిన మహాకవుల కాలవాలంబును నగు మా కాశ్మీరమునందలి విద్యామహిమను నేనేమి వర్ణింపఁ గలను? స్త్రీలు సైతమందు జన్మభాషవలె సంస్కృత ప్రాకృతభాషలుకూడ మాటలాడఁగలరు. తొల్లి మందరాద్రిపలనఁ బాల్కడలిఁ ద్రచ్చినతఱి జన్మించిన యమృతప్రవాహమే కొంత యచటి కవీంద్రులవాక్కులందును-గొంత యందలి కాంతల క్రేఁగంటి చూపుల యందును, మిగిలిన దంతయు నందున్న ద్రాక్షాఖండంబుల యందును నివసించిన దని నేఁ దలపోసెదను.

సరస్వతీదేవి తన విద్యాధన మంతయు బ్రహ్మలోకమునుండి తీసికొని వచ్చి కలిపురుషుని దృష్టులకు గోచరముగాని మాకాశ్మీరదేశమును విశ్వాసస్థానముగా నెంచి యందుందాఁచుకొని హిమవత్పర్వతమునందలి యొకానొక నిర్జనప్రదేశంబునఁ దపముఁ గావించుచున్నది. ఉభయతీరములయందలి మేడలమీఁదఁ గ్రీడించుతఱి మిథునముల కంఠంబులనుండి జాఱిపోయిన ముత్యాల హారములచేఁ గవచితంబై యున్న యచ్చటి వితస్తాప్రవంతి తారకితంబగు నాకాశంబునం బ్రవహించు మందాకినితోఁ బోల్పఁబడుచు స్నానక్రీడావ్యసనంబునం బడియున్న కామినుల కుంకుమ పూఁత నాకర్షించి తన యంకమునం దిడుకొనుటయే కాక వారల యందసూయచేతనో యన వీచీహస్తములచే ఘనశ్యామలంబులగు తచ్చికురంబులు లాగుచుండును. మఱియుఁ గాశ్మీరమునందలి భట్టారకమరపుర ప్రాంతముల యందలి యిందుముఖుల కటాక్షపరంపరలయం దేదేశమునందును లేని యొకానొక నిరుపమానమైన సంపద కలదు. త్రాసాకుల హరిణీలోచనలోలంబు లగు తత్కటాక్షాంచలంబులం గాపున్న మదనునకే యొకానొక తఱి వారలపైఁ జాపలము కలుగుచుండును. ఆనాట నేప్రదేశమునందుఁ జూచినను జుమ్మని రొదసేయుచుఁ దిరుగు తుమ్మెద ద్రిమ్మరీఁడులచే నల్లఁబాఱియున్న కేళీద్రుమంబులచేఁ గన్నులకుఁ బండువుసేయు నుద్యానవనములే కలవు. ఆదేశమునం దేయూరునందుఁ జూచినను హరక్రోధానలంబునం బడి భస్మమైన మదనుని గ్రీఁగంటి చూపులచే బ్రదికింపఁజేయఁజాలిన కాంతాలలామంబులే కలరు. లంకాపతి చేతఁ గదల్పఁబడినపుడు దూరముగఁ జెదరిపోయిన తన శిలాఫలకంబులకై వందురుచున్న కైలాసపర్వతము ముక్కంటి తత్తడిగిత్త కాలిడెక్కలు గుఱుతు లేకపోవుటచేతఁ దగవునకు డీకొనలేదు గాని యదియున్నచో స్ఫటికశిలాకుట్టిమంబు లగు తద్గృహప్రాంగణంబులతో నేల తగవులాడకుండును! లంకానగరము నిష్కళంకమైనది కా, దలకాపురము యక్షగ్రస్తమైనది. మేరుపృష్టమందున్నను త్రిదశనగరి భయంపడుచునే యుండు నని గర్వముతో నాప్రవరపురము ప్రద్యుమ్న పర్వత

మిషంబునఁ దలయెత్తి నవ్వుచుండును. ఎందు జన్మించిన ప్రకృతిసుభగంబగు కావ్యంబును గుంకుమంబును ఛాయోత్కర్షవలన జగములకు వల్లభంబును దుర్లభంబు నగుచున్నవో, దేనివల్లనఁ గాశ్మీరదేశంబునకుఁ బేరువచ్చెనో తాదృశం బగు ప్రవరపురమును వర్ణింప నెవరితరము! సరసంబులును మసృణంబులును లీలావంతంబులునగు భ్రూవిలాసంబులు గల యేకాంతల వీక్షితంబులను నేర్చుకొనుటకు రతిదేవియైనను యుగళతములు పట్టునో యట్టి యౌవనమధ్యస్థురాండ్రగు నాంధ్రు బంగారువంటి మెయి నిగనిగలు చూపఱ కన్నులకు మిఱుమిట్లుగొలుప గల్లుగల్లురను కాంచీనినాదంబులు వినువారి చెవులకు త్రాసంబు గలుగఁజేయఁ దిరుగు భాగ్య మీ ప్రవరపురంబునకుఁ గాక యేపురంబునకుఁ గలదు! మంచి గందపునీటఁ గడిగిన చక్కనిజవరాండ్ర గండస్థలములకన్నఁ దెల్ల నగు ద్రాక్షాఫల స్తబకంబులచేఁ గవచితంబులగు లతలచే నావరింపఁ బడిన మండపములచేఁజూడ నింపైయున్న యుపవనాంతరములవలన మఱింత కాంతంబులగు దేవాలయావరణ ప్రదేశంబులు నైత మందు దేవాలయావరణప్రదేశంబువలెఁ గన్పించై యుండును. అన్యోన్యలహరీదోర్లతాబంధంబులం గౌఁగిలించుకొనిన వితస్తాసింధునదుల పుణ్యప్రదం బగు సంగమం బీ కాశ్మీరమునందే కలదు. ఈనదుల కుభయతటంబులందును హలధరునిచే నీయఁబడిన యగ్రహారము లిప్పటికిని గలిపురుషుఁడు చొరరాని దుర్గంబులై బ్రాహ్మణోత్తములచే ననుభవింపఁబడుచున్నవి. కేళీవాపిక లేని యుద్యానవనమును, బంచశరునకుఁ బూవుందూపు లొసఁగని దిగుడుబావియు, దీర్ఘికయందు జలక్రీడలాడని కాంతలును, గాంతాకటాక్షపాశంబులకు లోపడని పడుచువాండ్రు నాదేశంబునలేరు.

అట్టిదేశంబున కలంకారభూతం బగు నాప్రవరపురంబున నొక విద్యామఠంబు కలదు. విశ్వబాంధవమగు దానికీర్తియు స్ఫూర్తియు నిరుపమాన మైనవి. అందలి కాంతల సౌందర్య మింతింత యని చెప్ప నలవిగాదు. మన్మథుని వెంటఁబడి తఱుముచున్న యీశ్వరునిఁగూడఁ దన్మేఖలాకలకలారావంబు లాకర్షింపఁగలవు. అందు వితస్తానదీపయఃపాన

మందఱికిని గృతయుగచర్యలు నేర్పుచుండును. ఏదేహికైనను దత్తీర మున మృతిఁ జెందినవెంటనే యితరశరీరముతో పాటు త్రిదశాంగనాంక స్థలమే దొరకుచుండుసు. తన్నదీతీరంబున గోపురప్రాకారాదిమండితం బును వ్యోమాంగణతిలకితంబునగు గౌరీశ్వరుని గుడియొకటి కలదు. అందు నాట్యముచేయుచుండు దేవపరిచారికలు మహాయోగుల గాత్రము లను సైతము పులకసూత్రితములుగాఁ జేయఁగలరు. సంగ్రామ భూపా లుఁడు గట్టించిన మఠముచే నలంకరింపఁబడిన చంద్రసీమ యను ప్రదేశ మొండు తన్నదీతీరంబుననే కన్నులపండువై యుండును. అనంత భూపాలకృతంబు లగు నగ్రహారంబులు కూడ వితస్తాకుచాగ్రహారంబులై యాదేశమునకు వన్నెఁ దెచ్చుచున్నవి. ఆయగ్రహారములయందు శాస్త్ర చర్చావినోదముల నెల్లకాలము ముఖరితంబులగు వాతాయనంబులు కల కాష్ఠిల ద్విజాగారంబులు నేత్రోత్సవంబుఁ గావించుచుండు. ఉభయ ప్రదోషములయందు వ్రేల్చు నందలి విప్రుల హుతభుగ్ధూమధూ మ్రంబు లగునుత్తమాంగములు చూచినంతనే కలిపురుషుఁడు భయ మున గజగజలాడుచుండును. ఆప్రవరపురంబున ననంతభూపతి భార్య కట్టించిన యీశ్వరాలయముప్రక్కను ద్రిభువనమనోరంజనంబగు కంజా గారము కలదు. దాని విటంకములయందున్న పావురాకూఁతలు వినివినియే తత్పౌరకన్యకలును దాదృశంబులగు కంఠధ్వనులయందు నేర్పరులగు చున్నారు. మఱియును నందుఁ బ్రవరభూపతి కట్టించిన ప్రవరేశ్వరాల యము కలదు అందుఁ బ్రవరభూపతి తపముఁ గావించి గుడి పగులం గొట్టికొని స్వర్గమునకుంబోయిన రంధ్ర మాయాలయంబున నిప్పటికిని గానంబడుచున్నది. దానిం జూచిన నెవ్వరికి సురపురా రోహణంబునకు మతివొడమదు. ఆనగరంబున నాటకములాడు కాంతల యభినయ కళా కౌశలముఁ జూచినచో రంభయు స్తంభభావముఁ జెందును; జిత్రలేఖకు లేఖయే యుండదు; ఊర్వశి గర్వ మంతయు విడుచును. అవ్వీటి యెడ యని మేడలయెత్తును, నందంబును వర్ణింపఁ దరములుకావు. వానియం దుఁ దిరుగు కాంత లనంతసౌందర్యవతులు; మన్మథుఁ డాసౌధంబుల

గవాక్షములయం దుండియే దేవకాంతలపైఁ బూవుంమాపులు విడుచుచుండును కుంకుమపూఁత పూసిన వెలంచులచన్నులును, గస్తూరీపరిమళమును వెదఁజల్లు రాంకవపట్టంబులును, వితస్తానదినడుమ నోడలపైఁ గట్టఁబడిన స్నానావాసంబులును నందలి కాముకులకుఁ బ్రచురస్వర్గసౌఖ్యమును శిశిర ఋతువునందు సైతమిడుచుండును. మంచు గడ్డలచే మూయఁబడిన వారి కుంభంబులును సరసకదళీకోమలంబులగు పడంతుల మేనులును, హిమాశిలాశీతలంబులగు స్థలంబులునుసర్వసాధారణంబులై యప్పురంబున భీష్మంబగు గ్రీష్మంబు నణంపఁజాలినవై యుండును ఏతాదృశంబగు నగరంబును సత్యము త్యాగము మున్నగు సమస్తసద్గుణంబులకును సకలసంపదలకును నివాసంబగు ననంతదేవుండను నృపాలుండు పాలించుచుండెను. వైరిస్తంబేరమసముదయంబుల కగమ్యంబైన తన ధారాప్రవాహతరంగపరంపరలపైఁ గీర్తిహంసిని విహరింపఁజేయుచున్న యతనికృపాణము శకపరిబృఢప్రౌఢాంగనల నేడిపించి, దరద్దేశాధిపతి దర్పం బంతయు విగళితంబుఁ గావించి, యస్పృశ్యులగు మఱికొందఱు రాజులను స్పృశించినపాపమును బాపుకొనుటకుం బోలె గంగాజలంబులం బ్రక్షాళితంబై యంతటినుండి తన హింసావ్యాపారమును వదలెను. అలకాపురీగోపురముల మీఁదికిఁ గూడఁ దనకీర్తి నెక్కించుటకై చన్ననాఁ డాయనంతదేవుండు క్రౌంచాద్రియందున్న భార్గవవిదారితంబగు రంధ్రముం గని క్రీడాలవశబళితంబులగు దృష్టులను బాహుదండముమీఁదికిని, జండారావంబగు ధనుర్దండముమీఁదికినిఁ బ్రసరింపఁజేసెను. సిద్ధులు తటభూములయం దధిష్ఠింప సప్తర్షులు పితృతర్పణమునకై వదలిన నువ్వుగింజలతో నిండియున్న మానస సరసీతరంగజలశీకరంబుల నెవనికాంతలు శిరసున ధరించి త్రినయనవధూక్షాళి తాంగంబులగు తత్తురంగములకు వన్నెఁ దెచ్చిరో యట్టి యనంతదేవుని చరిత్ర విచిత్రమని యెవరికిఁదోఁచదు: ఏకవీరుఁడగు నా భూపాలుఁ డేపూర్వమహారాజు చరిత్రకును సంతోషింపఁడయ్యె. సారగ్రాహియగు నతఁడు రఘురామ కథ యందు సైతము శంకరగిరి నట్టిటు కదల్చిన రావణునిచేతు లిరువదింటి నర్ధచంద్రశరము తెగఁగొట్టదేదని

మాత్రము మాత్సర్యమునే సూచించుచుండెను. ఆ పుడమి ఱేని యానతి చంపాసీమయందును, దార్వాభిసారమందును, త్రిగర్తదేశమందును, భర్తులక్షోణిభర్తభవనమునందును, నిరంకుశముగాఁ దిరుగుచుండెను. ప్రథితయశస్కుఁడగు నాభూపతికిఁ జంద్రునకుఁ జంద్రికవలె సుభట యను నామె ప్రథమభార్యయై విశేషఖ్యాతి సంపాదించెను. వైకుంఠోరస్థలజలధరోత్సంగ సౌదామినియగు లక్ష్మియు ననుపమంబగు నామె స్థితినిగాంచి యించుక యసూయఁ జెందెను. దయయు, శాంతియు, దాంతియు, దాక్షిణ్యము మున్నగు గుణముల కాలవాలమగు నాలలనామణి త్యాగక్రీడయందలి యియత్తా ముద్రను నిర్ణయించుట కెవ్వఁడు సమర్థుఁడు? మగనికృపాణము క్షితితలగతయగు లక్ష్మిని బాదదాసినిగాఁ జేయ నా దంపతుల పరిపాలనాకాలమునఁ దప్పు వ్రాఁతల వ్రాయు కాయస్థులయింటఁగాని, చాటువాక్యముల సంతోషపఱచు విటులయింటఁగాని, ముఖస్తుతులు సేయు గాయకుల యింటఁగాని, లక్ష్మి నిలువక దేవాలయములయందును, ద్విజగురు గృహములయందును, గాఁపురముండి నిజచాపల్య దోషమునకుఁ బ్రాయశ్చిత్తముఁ జేయించుకొనుచుండునట్లు స్థైర్యము వహించెను. స్వీయసద్గుణవ్రాతముచే మగని వశపఱచుకొనిన యాసుభటం జూచి యేరాజకాంతలు తమ యకౌశల్యమునకు విచారింపరేదు! కీర్తిచంద్రికచే జగమంతయు ముంచిన యా రాజపత్ని తనపేర నధిష్ఠానమధ్యంబున శోభాశ్రేష్ఠంబగు మఠమొకటి కట్టించి విద్యారసికులగు దేశికులకుఁ దగిన వసతులిచ్చి, నిల్పి, విద్యార్థులకు విద్యాదానములు చేయించెను. ధనాగారములన్నియు విద్వద్భోగ్యముఁ గావించెను. విప్రులందఱికిఁ దమకుఁ జాలినంత భూమి స్వాధీనపఱచుకొనుటకుం దగిన స్వాతంత్ర్యమొసఁగెను. లోకత్రయ గురువగు కామారాతికి శిఖర సముదాయక్షుణ్ణతారాపథంబగు నాలయం బొకటి కట్టించెను. ఆ దేవాలయమున నృత్యము సేయు వారాంగనల మొలనూలిరొదలచే నడుగంటిన ధనుష్టంకారముగల మదనుఁడు భవక్రోధపాత్రముమాత్రము కాఁడు. క్షత్రితేజోనిధానంబును లోహారదేశాధిపతియు నగు నాసుభటాదేవి యన్న క్షితిపతి యను నాతఁడు కలఁడు. సర్వవిద్యావిశారదుఁడగు నాక్షితిపతి

మొగమున వాగ్దేవి లీలాతిలకతులితయై వక్షస్థిత యగు లక్ష్మి సడఁగఁ ద్రొక్కెను. అద్భుత పాండిత్యపరిణామము కల యాలోహారాధిపతి కర్కశమగు తర్కశాస్త్రంబుల రచించిన గ్రంథములయందలి వాగ్గుంభములకే మహాకవి వాగ్గుంభములును సరిరావు. ఆరాజు పండితులయింటఁ బ్రవేశపెట్టిన లక్ష్మి గల్లుగల్లున మ్రోగుకాంతల మంజీరనినాదంబులచే నిప్పటికి నిద్రపోకున్నది. రాజపురీకాంతాకుచంబుల గండములనుండి జాఱు వందలకొలంది కన్నీటి కాల్వలచేఁ బంకిలంబులు గావించి తత్ప్రతాపమును గ్రీడాకబలముగా మెసంగిన యాసుభటాభ్రిత బాహువున కెదురు గానరాదాయెను. ఆ సుభటానంతదేవులకు బుణ్యవశమున గరికరోచ్చండదోర్దండుఁడగు కలశభూపతి కుమారుఁడై యుద్ధరంగమునుండి పాఱిపోయిన శత్రుభూపతుల సంపదను ద్విపమదమషీపంకలిప్తంబగు తన కృపాణ ఫలకంబునం బొరలించెను. తళతళలాడు తరవారులను దాచుగుత్తులచే శ్యామలంబులగు విపక్షపార్థివమూర్ధంబులను వదలి తదీయ ముఖాంభోజముఁ జూచినంతనే రాజ్యలక్ష్మి కీర్తిహంసావతంసయై యంతం బ్రవేశింపఁదొడంగెను చైత్రయాత్రలందీ కలశభూపతి యచ్ఛోదసరస్తీరంబునకుం బోయి యింద్రాయుధమను వారువము డెక్కతాఁకులచే నుట్టంకితంబులగు స్థలులయందుఁ జంద్రాపీడుని స్తుతించుపల్లెఁ గాదంబరీపరిజనమునుగూడ మొగములు ముడిచికొని వాక్కులం దడఁబడునట్లు కావించెను. మఱియు, నుత్తరదిగ్యాత్రయందుఁ లంకాపతి కరములచేఁ గదల్పఁబడిన నాఁటనుండియు నాఁటివఱకును నడుగుండెలు చల్లాఱని ప్రమథగణములచే నిండియున్న కైలాసపర్వతమునందలి ముక్కంటి తత్తడిగిత్త కాలిడెక్కలచే నలఁగియున్న రజతభస్మంబునకు నమస్కరించి యలకాపురమునుండి బంగారురంగుగల యక్షకన్యలఁ గొందఱం దోడ్కొని పూర్వమానసమునుండి తీసికొనివచ్చిన బంగరు తమ్మిపూవుం దీఁగెలను హరశిరస్స్రస్తయగు గంగానదితో సంగమించిన యుత్తరమానసమున నాటెను. శస్త్రములయందును శాస్త్రములయందును బ్రతిష్ఠవహించిన యీకలశభూపతికి లక్ష్మి యోర్తును, వాగ్దేవత యోర్తున

నిరువురు భార్యలుండిరనుమాట జగద్విదితమే కావున నది నే వక్కాణింప నక్కఱలేదు, గాని యభినవాంభోదనీలాతపత్త్రియు శ్వేతచ్ఛత్త్రాయమాన సితకీర్తిచంద్రికయునగు నింకొక వస్తుకూడఁ దదీయముఖచంద్రుని భజించెను. జయాపీడతుల్యప్రభావుండగు సాధరాపతి పవనవేగంబులగు నశ్వంబులతో వాలుకాసముద్రము దాఁటి స్త్రీరాజ్యమును జయించెను గాని, రఘుపతి తాటకను వధించెననుకథ చదివియు సిగ్గుపడుచుండెడి యా యేకవీరుఁడు స్త్రీరాజ్యజేతయను కొనియాటనుమాత్రము సహింపఁ డయ్యెను. సేవకొఱకు వచ్చినప్పుడు కుబేరుఁడు కానుకగాఁ దెచ్చిన యొంటిపేట ముత్యాలదండను హర్షదేవుని తల్లియగు దేవికుచతటంబునం జూచి సంతసించి యాధనపతి కేదియో యొక మహోపకారముఁ గావింప నెంచి మున్నె రఘుపతి పుష్పకముఁ దెచ్చి కుబేరునకిచ్చెఁగదా యని చింతించెను. పెక్కుమంది రాజులమస్తకంబులు ద్రుంచిన తన కృపాణమును సానపెట్టుకోవలసివచ్చినపుడు మున్ను కైలాసగిరిని బెకలించియు మరల మరల విడిచివచ్చితిని గదా యని యేదశవదనుఁడు ఖేదపడియెనో వానితలలు పదియు నేరామభద్రుఁడు ఖండించెనో యామహాత్ముఁడుఁ గూడఁ గలశభూపతి యౌపమ్యము వహించుటకై సిగ్గువడును. తొల్లి పర్వత మొకటి తనమగఁడగు సముద్రుని మథించెనను కోపమునఁ బర్వతముల కన్నింటికిని మూలోన్మూలనంబుఁ గావించు చంద్రభాగానది నేభూపాలుఁడు సేవాచక్రక్షిపితసలిలను గావించి స్థలప్రాయనుగాఁ జేసెనో యా కాశ్మీరక్షితికుముదినీచంద్రముఁ డగు కలశధరాఖండలుండు భాస్కరుని నీలతురంగమంబు లిప్పటికి నేసూర్యపుత్రి మిగిలినతరంగము లని భ్రాంతిఁ గలుగఁజేయుచున్నవో, పుడమివెలందుక జాఱవిడిచిన తలవెండ్రుకలవంటి యా కాళిందిని గూడ సర్వభూభువనజేతయగు నీభూనేత సేనాసమూహమే యావమనము గావించెను. మఱియుఁ బార్థబాణాభిఘాతమున వెడలిన క్షత్రియక్షతజప్రవాహమునఁ గర్ణభ్రష్ట మగు దుర్యోధనయశఃకర్ణపత్రము మునిఁగిపోయినప్రదేశ మగు కురుక్షేత్రమును గూడ జయించెను. ఏతాదృశపరాక్రమశాలియగు కలశభూపతికిఁ బ్రథమ

పుత్రుండును హర్షాదిత్యుని కన్న నధిక మగు కవితావాగ్విలాసముఁ గలహర్షదేవుఁడు శత్రురాజమకుటశిరోరత్నకషణంబునం గుంఠధారం బగుకృపాణంబుం దనకనకవలయంబున మెఱుఁగిడి పదును పెట్టుకొనుచు రాజ్యమేలెను. అపూర్వ మగుపదపరిణామంబును, దివ్యమగు వాక్చమత్కారమును, జక్కని చర్చయు మున్నగు సమస్తలక్షణములతోఁ గూడియున్న యీహర్షదేవుని జగత్ప్రఖ్యాతమగు కవిత్వము నాస్వాదించినవారికి శర్కరయు సికతాకర్కశ యనుటకు సందియములేదు. గురువ్యసని యగు నీకవిరాజుచే నొక్కసారి చూడఁబడి యుత్కంఠపడు తరుణులు మూర్ఛాపరవశులాం డ్రియి బాష్పకంపంబునంబడి దొరలువా రెందరెందరో కలరు. వారి గండంబులయందలి పాండిమ మేమని వర్ణింతును ! వారిచెవులందుఁ దెలిజాతికమ్మ లానలువెట్టుకొనియున్న వనినఁగాని లోకు లున్నవని తలంపరు, నమ్మరు. ఆహర్ష దేవున కుత్కర్షదేవుఁడను తమ్ముఁడు కలఁడు. అతని ప్రతాపాది గుణముల విన్న మేనులు పులకరింపనివా రుండరు. అయ్యనఘుని ఘణాడింపమునం దున్నన్నిరాళ్ళను భూమికి మ్లేచ్ఛభూపతుల గుఱ్ఱములదెక్కటాఁకుడువలనఁ గలిగిన పరాగమే దుర్లభమయ్యెను. ఆ కలశభూపతికిఁ బ్రతాపశాలియు, నయనాభి రాముండునగు విజయమల్లుఁడను నింకొకకుమారుఁడుండెను. నూతన దంతకాంతులచేఁ బూలమాలిక గట్టఁబడిన ట్లున్న యతని ముఖాంగణమున వాగ్దేవత ప్రవేశించి నివాసముఁ గావించెను. నిత్యాభ్యాసమువలనఁ బరిపక్వమైన నేర్పుగల విధాత సృజించిన తదీయశరీరలావణ్యముం గాంచినచో నాధాతకే మిగుల నచ్చెరువు పుట్టకమానదు. పౌరాంగన లందఱికిని దర్శనేచ్ఛ పొడమించుచున్న యావిజయమల్లుని సౌందర్యమునందే చెఱకువిల్లు సారించుచుఁ బంచబాణుఁడు కాపుండెను.

ఆ ప్రవరపురమునకు రెండు క్రోసులదూరమున జయవనమను నొక వనము కలదు. దానియందుఁ దక్షకకుండమను నమల

సలిలంబగు నొక కుండము కలదు. దానినే ధర్మధ్వంసముఁ గావించు కలిపురుషుని శిరచ్ఛేదము గావించుటకుం బ్రయోగించిన చక్రముగా జను లెన్నుచుందురు. ఆ జయవనప్రాంతమున ఖోనముఖమను నూరున్నది. బహుయూపస్తంభవిరాజితంబగు నా గ్రామంబున హానిం జూచి కలిద్విపము తన్నుంగట్టివేయుటకుం బాఁతిన యాలానములని బ్రమసి యెన్నఁడును జొరదు. అద్భుతకథానిధానమయిన యాయూరివిభవ మేమని వర్ణింతును: ముక్కంటిమామయగు కొండ కౌఁగిలిలోనున్న దాని యొకభాగమునందంతయుఁ గుంకుమపువ్వును, రెండవభాగమునందం తయు సరయూపుండ్రికక్షేపమువలెఁ దెల్లనగు ద్రాక్షాఫలంబులును ఫలించు చుండును. తాదృశంబగు గ్రామంబునఁ గౌశికగోత్రంబున కౌన్నత్యఁబును గీర్తియుఁ దేఁగలిగినవారును బ్రహ్మప్రవణమనస్కులునగు బ్రాహ్మ ణులు కొందఱున్నారు. వారే మధ్యదేశమునుండి శ్రీకాశ్మీరదేశాధిపతియగు గోపాదిత్యక్షితిపాలునిచేఁ దమదేశమునకుఁ దీసికొని రాఁబడినవారు. శత మఖులనిపించుటకుం బ్రయత్నించుచున్న యందలి బ్రాహ్మణోత్తముల యాగధూమ మాకసమును నిండించుచుండ శక్రుం డెవ్వరిమాటయు వినక, నాకచింతయుఁ జేయక, వివర్ణుండై చిత్రార్పితునివలెఁ బ్రతిదినము విచారించుచుండును. జగత్త్రియపవిత్రచరిత్రులగు నాకౌశిక గోత్రులలో ముక్తికలశుండు కూటస్థుఁడుగాఁగల యొకశాఖ విరాజిల్లుచుండెను. పంక జసూతి యన్యోన్య మసూయపడుటకును గలహించుటకును జతురములగు నే నాల్గు శ్రుతులను నాలుగుమొగములయం దుంచుకొని కాపాడుచున్నాఁడో యానాల్గుశ్రుతులను నీముక్తికలశుండొక మొగమునందే యుంచుకొని కలహము లేకుండఁ గాపాడెను. దాతయుఁ బరాక్రమధనుండును వేదాంత ద్రష్టయునగు రాజకలశుం డాముక్తికలశునకు సుతుండై జనించె. హిమ వత్పర్వత మిప్పటికిని జీఁకటినెపమున నామహాసోమయాజి మఖధూమ మునే తాల్చి యున్నది. ద్రాక్షాలత లల్లిబిల్లిగ నల్లుకొనిన యుపవనంబులును నమలోదకంబులగు కూపప్రాంతములును జలిపందిరులును, నాయనఘుఁడు శాస్త్రవ్యాఖ్యానములు వ్రాయుచోటులు. ఆచోటులే కలివలన జంకు ధర్మ

దేవత కంగరక్షలు. శాంతికి నిదానంబును, సారస్వతరసంబునకు నిధానంబును, శ్రుతులకుఁ బుట్టినిల్లుననగు జ్యేష్ఠకలశుఁడా రాజకలశునకుఁ గుమారుఁడై విద్యలయందుఁ బండితులన్న మిన్నయై తేజరిల్లెను. ఈజ్యేష్ఠకలశుని ప్రాంగణము సర్వదా యామహానుభావుఁడు రచించిన యఖిల పండితవంద్యంబగు మహాభాష్యవ్యాఖ్యానము బఠించు విద్యార్థులచే నిండియుండెను. ఇష్టాపూర్తంబులందును నతిథిసత్కారంబునను సేవకసాంత్వన పరిచారముందును మఱియు నితరవిషయములందును నౌచిత్య మెఱిఁగిన యమ్మహాభాష్య వ్యాఖ్యాతకు దృష్టాదృష్టోపకరణములయం దుపకరణమై ప్రవీణమై శుభచరిత్రయై వన్నెఁగాంచిన కళత్రమగు నాగాదేవియందు బంగారు మిసిమి వెదఁజల్లుచు లోకమువారి కన్నులకు మిఱుమిట్లు గొలుపు మేనిపసతో కవిశేఖరుఁడనని కొనియాడఁబడు నేను జన్మించితిని. నిరంతరములగు వేదఘోషములతోఁ గలసి తన మంజీరనాదములు వినఁబడకుండు నటుల మౌంజీబంధము నాఁటనుండియు నానోట వాగ్దేవత నివసించియే యున్నది. సాంగమగు వేదము నా సొత్తైనది. పాతంజల మహాభాష్యముతో గూడ శబ్దశాస్త్రముఁ జదివితిని. కర్ణామృత మొలుకు సాహిత్యవిద్య నాకుఁ బ్రియమే యిది యవిద్యని పరిగణింప నేటికి? యధార్థ మాలకింపుఁడు. విమలంబగు నాప్రజ్ఞాదర్పణంబునం బ్రతిఫలింపని విద్యయే లేదు. నామొగమువంకఁ బులకపులకసఁజూచు విద్యావధువుల నందఱిం జేపట్టితిని. వాగ్దేవి కర్ణపూరరజోభరంబు నాపైఁ జిలికించినది. నాకావ్యములు వేత్రధరులై ముందునడువ నాకీర్తికాంత నిరుపప్లవంబుగ సర్వదిగ్యాత్ర కావించినది; పాండిత్యపర్వతమునకు శిఖరమైన నాపెద్దయన్న యిష్టరాముఁడు పెక్కుమంది యొడయుల పేరోలగంబుల కలంకారమై వర్తిల్లె. కావ్యామృతముఁ గ్రోల నెంచువారి కతని మొగమందున్న సుకవిజనని యగు సరస్వతి ప్రపాపాలికవలె నయ్యమృత మొసఁగి వారి పిపాసఁ దీర్చుచు నివసించియున్నది. నాతమ్ముఁ డానందుఁడు స్పర్ధకై యెదుర్కొను కవీంద్రుల దుర్మదము భేదించుటకు లీలా కుఠారమైనవాఁడు. వాని రసనాంచలము రసలయమృదుల మైనదని యెంచి కఠినమగు హిమగిరిసానువు

లయందు వసించు వాడె యచ్చోటు విడిచి యిందే వసించెను ఇతఁడు కాశ్మీరదేశమునందున్న విద్యాసారమంతయుం గ్రహించి సమీపమునం దున్న హిమగిరియందుఁగల- గుణమునుగూడ గ్రహింపనోపు. లేదేని ప్రతిదేశమున శాస్త్రవాదములు సలుపునపుడు ప్రతివాదుల మొగములు మంచునఁ గ్రుంకు తమ్మిపూవు లెట్లగును!

ఇట్టి విద్వద్వంశమునం బొడమిన యేను కారణాంతరమునఁ గాశ్మీరదేశము వదలి మధురాపురమునకు వచ్చి ప్రతివాదులై వచ్చిన యందలి సూరచక్రముం జయించి ఘనజఘనరాధ యుయ్యాలలూఁగునపుడు విఱుగఁగొట్టఁబడి యిప్పటికి నిగురింపని కృష్ణక్రీడోద్యానవృక్షములతో భాసిల్లు బృందావనంబునం గొన్నాళ్ళు వసించియుండఁ బేరువిన్నంతమాత్రమునఁ బ్రతివాదులకు జ్వరమువచ్చునట్లుచేయు నాశిష్యులే తమశాస్త్రవాదములకు దిగ్గజముల మదముం ద్రావి జుంజుమ్మని రొదసేయు గండుం దుమ్మెదల రొదలు మాత్రమే కొంచెమంతరాయము కలిగించునట్లు సర్వదిగంతజైత్రయాత్ర గావించి యస్మదీయకీర్తిని వ్యాపింపఁ జేయసాగిరి. విద్వాంసుఁడుగాని, మూర్ఖుఁడుగాని, వృద్ధుగాని, బాలుఁడుగాని, యాఁడుదిగాని, మగవాఁడుగాని, ఏగ్రామమందుఁగాని, యేపల్లెయందుఁగాని, యేరాజధానియందుఁగాని, యేయరణ్యమందుఁగాని. యేయుపవనమందుఁగాని యొడలు పులకరించునట్లు నాకావ్యమును జదువనివారు లేరు, తరువాత సౌధోపరిభాగంబులకు సోపానముల మూలమున దింపఁబడిన స్వర్లోకలక్ష్మితోఁ దనరారు కాన్యకుబ్జనగరము ప్రక్కఁగలకలారావ మొసరించు గంగానదిం దర్శించి ముందా నగరిలోనికిం బ్రవేశింపఁజేసిన నాకీర్తింజూచి నన్నుఁ బిలువనంపిన కాన్యకుబ్జాధీశ్వరుని యొద్దఁ గొన్నాళ్ళుండి పెక్కుసాకులు కలిపురుషునిఁ జంపిన ధర్మదేవతచేతి యమునానది యనుకత్తి గంగాప్రవాహమను నొఱయందుం దాఁగి యెచ్చోటఁ బ్రకాశించుచున్నదో యట్టి ప్రయాగక్షేత్రమునకుం బోవుచు, వచ్చుచుఁ, గలిభయంబునం బరువెత్తి వచ్చిన ధర్మదేవత మార్గాయాసముం దనశీకరములచేఁ బోనడచు

వారణాసియందలి గంగలో స్నానముచేయుటవలనఁ గునృపాలోకనోద్ధంబగు కళంకముం బాపుకొంటిని. పిమ్మట నేరాజేంద్రుఁడు కాలంజరగిరి పరిభువనకు యముఁడయ్యెనో, యేభూపాలుండు వారువంబుల డెక్క-రొదలవలననే ధరిత్రి నంతయు రాజశూన్యముఁ గావించెనో యాదాహళ క్షోణీపతి యగు కర్ణునిఁ గర్ణామృతరసప్రవాహములో ముంచుచుఁ గొన్ని వత్సరంబులు గడపితి. పదంపడి కుడిచేతం గైలాసముం గదల్చియు సంతసింపక యెడమచేత హిమవత్పర్వతముఁ గూడఁ గదల్చుటకు యోజించిన మహాబలశాలి దశకంఠునిం జంపిన శ్రీరామచంద్రమూర్తి రాజధాని యగు నయోధ్యను సైతము సూక్తినిష్యందశీతలముం గావించితిని.

దాహళాధీశునింట నున్న గంగాధరుం జయించి విలాసముగాఁ బ్రతిపక్షకవికోటి నాక్రమించిన యేరాజదేవేంద్రుని కథలు పూర్వదిక్కోటరంబులం దైరావతమదజలాస్వాదమత్తంబులై యున్న తుమ్మెదల రొదలతోఁ బ్రతిధ్వనిం గావించుచు, దేవేంద్రుని కర్ణద్వయముం బ్రవేశించి యచ్చెరువు పుట్టించెనో యట్టి భోజరాజున కితరమహాకవులకును సామ్యమెట్లు లభించును ! ఆ మహారాజగుణములు ప్రత్యక్షముగాఁ జూడకపోతిరి. హా దైవమా ! నేను వర్ణించిన నమ్ముదురో నమ్మరోకదా ! అతని ధారానగరమే సర్వదా హ్లాదోపహంతములయందున్న విటంకముల మీఁద నున్న పారావతముల యారావము లను నెపంబున నతని నుతించుచుండును తాదృశమహనీయగుణగరిష్ఠుండగు భోజరాజకవీంద్రునిం గూడ నానారాజసందర్శన కుతూహలంబునం బోయి కాంచి యతనిచే మిగుల సత్కరింపఁబడి, మద్యాసముని సాన్నిధ్యముం బాసి, సముద్రము స్వేచ్ఛాప్రసారముఁ గావింపకుండ దార్ఢ్యముం దాల్చిన యర్గళవలెనుండి బ్రోఁక్రమాకులచే శ్యామలమై కన్నులకు విందుఁగావించు పశ్చిమాంబుధి తీరంబునం బోయిపోయి సేతువుం గాంచితి నాకీర్తికాంత నాసేతుమార్గమున లంకాద్వీపమునకుం బోనీక మరలించి సామాన్యోర్వీపతులం జూచుటయం దభిలాషపడక పట్టింపరాని సౌందర్యమునం బొగడఁబోనియున్న దన్నుంబోఁటినే

విన్ననువై యున్న యున్నమిన్నలు గల దక్షిణదిక్కునకు మరలి, చోళేంద్రుని జయించిన చాళుక్యరాజదేవేంద్రుండగు విక్రమాదిత్యభూపాలునకు విద్యాపతినై, యాభూపతివలన నీలఛత్రగజఘటాదిసన్మానములకుం బాత్రుండనై బిట్టుకౌఁగిలించుకొనుటం జేసి గల్లుగల్లుమని మ్రోఁగు బాహువలయంబులు గల రాజ్యలక్ష్మి సౌఖ్యమనుభవించుచుంటి కడుపునిండ మదముఁద్రావి యొడలెఱుంగక షట్పదంబులు నిద్రించుచుండ దిగ్గజంబులునైత మెవ్వానికీర్తి పులకితశరీరములతో వినునో యట్టినేను రచించిన యీ యవ్యాజసుందరమగు కావ్యము కర్ణాటభూపాలునికీర్తి నాచంద్రస్థాయిగ నొనర్చుచు విద్వాంసులకుం గంఠాలంకారమగుఁగాత! ఐశ్వర్యమా లభించినది; సాధుభోగ్యములగు సంపదలా ప్రతిదిక్కునందును వెదఁజల్లితిని; సజ్జనులతో సహవాసముఁ జేసితిని; ప్రతిభట కవికోటిని నిర్జించి జయలక్ష్మినార్జించితిని; నాకేమియుఁ గొదవలేదుకాని సారాసార విచారదక్షమైన ప్రతిభాసామర్థ్యము కలిగి కొనియాడంబడు కాశ్మీరక సుజనసంఘముతో నాకచిరకాలంబున సహవాసము లభించుంగాత! అని కోరుచున్నాఁడను. మహారాజుల యనుగ్రహము సంపాదించితిని, సంపదలనుభవించితిని, కొంచెమో గొప్పయో చదువుకొంటిని, యెందఱనో కొందఱిని బ్రతిపక్షుల జయించితిని; ఇఁక నీయజ్ఞానమయ మగు ప్రపంచముతో సంబంధమువిడిచి దివ్యబోధ నీయఁగల గంగాద్వారమున నెప్పుడు నివసింతునో! నా కంతటిభాగ్య మెన్నఁడు కలుగునో! మందాకినీతీరంబునఁ బవనచలితంబులగు తత్తరంగములనుండి వచ్చు శీకరమిళితంబగుచల్లనిగాలి మెయిఁసోక యోగనిద్ర ననుభవించుచు కొంతంబగు స్వాంతంబునఁ బార్వతీకాంతావల్లభునిం దలంచుచుఁ గాలము పుచ్చు మహాభాగ్యము పుణ్యాత్ములకుఁగాని కలుగదు. ఓ రాజులారా! సంపదలదృష్టమేఘమునం దేజరిల్లు మెఱుంగులు, వానిని స్థిరముగా విలుపుటకుం దగిన సామర్థ్య మెవ్వరికిని లేదు. ప్రాణప్రయాణపటహ మెడతెగక సర్వదా మ్రోఁగుచునే యుండును. కావ్యామృతము పోసి యశోమయశరీరమునుండి మీప్రాణములు లేచిపోకుండఁ గాపాడఁ దగినవారు

కవీంద్రులు కాని యొరులు కాదు; కావున వారల నారాధింపుఁడు. ఓ నరేంద్రులారా! సుకవిప్రేమబంధంబున విరోధముం బూనకుఁడు. మీకు వీరివలననే శుద్ధ మగుకీర్తి లభింపఁ గలదు. శ్రీరామునియందుఁ గవులకు దయకలుగుటంజేసియే యతనిచరిత్ర సచ్చరిత్ర మైనది. దశాస్యునియెడలఁ గవయితలకుఁ గోపము కల్గుటచేతనే వాఁడు త్రిభువనజేతయయ్యు దుర్మార్గుఁ డయ్యెను. శబరాకారముఁ దాల్చిన వాఁడను భయంబున నెవ్వాని తలమీఁది చంద్రునిలోని కురంగము ద్వారముగాఁ బారిపోయెనో శ్రుతుల కాదికవియు నచలకన్యకకుఁ బ్రియుండు నగు నాశంకరుఁడు సుకవివచనంబులయం దాదరము కల్పించి యవి తెలిసికొనుటకుం దగిన వ్యుత్పత్తిని మీ కొసంగుఁగాత!

గద్య

ఇది శ్రీత్రిభువనమల్లదేవ విద్యాపతి కాశ్మీరకభట్టబిల్హణకవి విరచితం
బగు విక్రమాంకదేవచరిత్రం బను మహాకావ్యంబునకు శ్రీ కింకవీంద్ర
ఘటాపంచానన విద్వత్కవి బాలకళానిధి బాలసరస్వతి కళాప్రపూర్ణ
మహాకవిచక్రవర్తి శతావధానీత్యాది బిరుదాంకితులగు తిరుపతి
వేంకటేశ్వరులచేఁ జేయఁబడిన ఆంధ్రీకరణము
సర్వంబును సమాప్తము

సమస్త సన్మంగళానిభవంతు!

శ్రీ మత్పరదేవతార్పణమస్తు!